புதுமையும் பித்தமும்

க.நா. சுப்ரமண்யம் (1912–1988)

க.நா. சுப்ரமண்யம் 31.1.1912இல் தஞ்சை மாவட்டம் வலங்கைமானில் பிறந்தார். அண்ணாமலைப் பல்கலைக்கழகத்தின் விஞ்ஞானப் பட்டதாரியான இவர் முழுநேர எழுத்தாளராகவே வாழ்ந்தார். நாவல், சிறுகதை, கவிதை, கட்டுரை, மொழிபெயர்ப்பு எனப் பல தளங்களில் செயல்பட்டார். ஐரோப்பியப் படைப்புகளை மொழிபெயர்ப்புகள் மூலம் தமிழ் வாசகர்களுக்குப் பரவலாக அறியச்செய்த பெருமை க.நா.சு.வுக்கு உண்டு. தமிழிலக்கியத்தின் சிறப்பான பகுதிகளைப் பற்றி ஆங்கிலத்தில் கட்டுரைகள் எழுதினார். 'சூறாவளி', 'சந்திரோதயம்', 'இலக்கிய வட்டம்' போன்ற இதழ்களின் ஆசிரியராகவும் இருந்தார். இவரது முதல் நாவல் 'பசி'.

சிறந்த படைப்பாளியான க.நா.சு., முன்னோடி விமர்சகராகவே தமிழ்ச் சூழலில் பெரிதும் அறியப்படுகிறார்.

1979இல் குமாரன் ஆசான் நினைவு விருதும், 1986ஆம் ஆண்டுக்கான சாகித்திய அக்காதெமி விருதும் பெற்றார்.

16.12.1988இல் புதுதில்லியில் காலமானார்.

க. நா. சுப்ரமண்யம்

புதுமையும் பித்தமும்

காலச்சுவடு பதிப்பகம்

விலை 40 ரூபாய்

புதுமையும் பித்தமும் / கட்டுரைகள் / ஆசிரியர் : க.நா. சுப்ரமண்யம் / முதல் பதிப்பு : டிசம்பர் 2006 /வெளியீடு: காலச்சுவடு பதிப்பகம், 669 கே. பி. சாலை, நாகர்கோவில் 629 001 / தொலைபேசி: 91–4652–278525 / தொலைநகல்: 91–4652–231160 / மின்னஞ்சல்: kalachuvadu@sancharnet.in / அச்சுக்கோப்பு: சுதர்சன் புக் புராசசர்ஸ் அண்ட் டிஸ்ட்ரிப்யூட் டர்ஸ் / அட்டை வடிவமைப்பு: ந. இரமேஷ்குமார் / அட்டை அச்சாக்கம்: பிரிண்ட் ஸ்பெஷா லிட்டீஸ், சென்னை 600 014 / அச்சாக்கம்: மணி ஆஃப்செட், சென்னை 600 005.

காலச்சுவடு பதிப்பக வெளியீடு: 179

putumaiyum pittamum / Articles / ka.naa. supramaNyam • Language: Tamil / First Edition: December 2006

Published by Kalachuvadu Pathippagam, 669 K.P. Road, Nagercoil 629 001, India / Phone: 91-4652 - 278525 / Fax: 91-4652 - 231160 / e-mail: kalachuvadu@sanchar net.in / Typesetting: Sudarsan Book Processors and Distributors / Cover Design: N. Rameshkumar

ISBN 978-81-89359-65-2

12/2006/S.No.179, kcp 256, 18.6 (1) 600

பொருடளக்கம்

பதிப்புரை

இத்தொகுப்பில் புதுமைப்பித்தன் குறித்து க.நா.சுப்ர மண்யம் வெவ்வேறு காலகட்டங்களில் எழுதிய மூன்று கட்டுரை கள் இடம்பெற்றுள்ளன. காலப்போக்கில் – அறுபதுகள் என்பது களுக்கிடையில் – க.நா.சு.வின் பார்வையில் ஏற்பட்டுள்ள மாற்றங் களை வாசகர்கள் அறிந்துகொள்ள இத்தொகுப்பு உதவும்.

க.நா.சு.வின் 'புதுமையும் பித்தமும்' கட்டுரையின் முக்கியத் துவத்தைத் தொடர்ந்து வலியுறுத்தி வந்தவர் ராஜ் கௌதமன். அவரே இந்த நூலுக்கான முன்னுரையையும் எழுதியிருக்கிறார்.

முந்தைய பதிப்பிலுள்ள 'புதுமையும் பித்தமும்' கட்டுரை யில் க.நா.சு. பயன்படுத்தியுள்ள புதுமைப்பித்தனின் மேற்கோள் கள் குழப்பமாகவும் ஒழுங்கற்றும் இருந்ததால் அந்த மேற் கோள்கள் மட்டும், தெளிவு கருதி, ஆ.இரா.வேங்கடாசலபதி பதிப்பித்துள்ள புதுமைப்பித்தன் செம்பதிப்புகளில் உள்ளவாறு கொடுக்கப்பட்டுள்ளன. சில எழுத்துப் பிழைகளும் திருத்தப் பட்டுள்ளன. இவை தவிர்த்து கட்டுரைகளில் எந்தவொரு மாற்றமும் செய்யப்படவில்லை.

○

நூலின் பின்னிணைப்பில் இடம் பெற்றுள்ள, 'குருவிடமி ருந்து சிஷ்யனுக்கா? சிஷ்யனிடமிருந்து குருவுக்கா?' என்று எழுதிக் கையெழுத்திட்டுப் புதுமைப்பித்தனுக்கு க.நா.சு. கொடுத்த 'அழகி' சிறுகதைத் தொகுப்பின் முதல் பக்கப் புகைப்பட நகலை அனுப்பித்தந்த ஆ.இரா.வேங்கடா சலபதிக்கும் அதனை அவருக்குக் கொடுத்துதவிய தினகரி சொக்கலிங்கத்துக்கும் நன்றி.

○○

முன்னுரை

1936 முதல் 1947 வரை புதுமைப்பித்தனோடு நெருக்கமான இலக்கிய நண்பராகப் பழகிய காலம் முதல் 'புதுமையும் பித்தமும்' என்ற இந்தச் சிறப்புக் கட்டுரையை ஐந்திணைப் பதிப்பகத்திற் கென எழுதும் வரை, க.நா. சுப்ரமண்யம் தவணை தவணையாக என்று கூறுகிற மாதிரி புதுமைப்பித்தனின் இலக்கியப் படைப்புத் தகுதிகள் குறித்துச் சமச்சீரற்ற விதத்தில் ஒரளவுக்கு முன்னுக்குப் பின் முரண்படுகிற விதத்தில் விமர்சனங்களை முன்வைத்து வந்துள்ளார். புதுமைப்பித்தனைப் பற்றிய அவரது மதிப்பீடு 'புதுமையும் பித்தமும்' கட்டுரையோடு முற்றுப் பெறுகிறது.

புதுமைப்பித்தன் வாழ்ந்த காலத்தில் அவரது சிறுகதைகள் தொகுக்கப்பட்டு, 'புதுமைப்பித்தன் கதைகள்' (1940), 'ஆறு கதைகள்' (1941), 'நாசகாரக் கும்பல்' (1941), 'காஞ்சனை' (1943), 'ஆண்மை' (1947) என்ற தலைப்புக்களில் வெளிவந்ததிலி ருந்தே அவரைப்பற்றியும், அவர் புனைந்துகொண்ட புனைபெயர் பற்றியும், அவரது சிறுகதைகளைப் பற்றியும் 'எரிந்த கட்சி' x 'எரியாத கட்சி' ஆட்டம் தொடங்கிவிட்டது. மேற்படி வெளியீடு களில் அவர் எழுதிய முன்னுரைகளும், எச்சரிக்கைகளும், வேறு சந்தர்ப்பங்களில் கலை, இலக்கியம், கவிதை, சிறுகதை பற்றி அவர் மின்னல் கீற்றுக்களாக எழுதியவையும், தமது சிறுகதைகளைப் பற்றி அவரே எழுதிய விமர்சனங்களும், விகடங்களும், சிறுகதை இலக்கியம் பற்றிய ஒரு விமர்சன மரபை உருவாக்கின என்று சொல்லலாம். இத்தகைய மரபின் வரலாற்றைப் புதுமைப்பித்தன், செல்வகேசவராய முதலியாரின்

'அபிநவக் கதைக'ளில் தொடங்கி வ.வே.சு. ஐயர், அ. மாதவையா, பாரதியார், ராமானுஜலுநாயுடு ஆகியோரின் சோதனைக் கதைகள் வழியாக, உப்புச் சத்தியாக்கிரக அரசியல் (1930) அலையால் 'மணிக்கொடி' (1933-1936) பத்திரிகையை மையமாகக்கொண்டு வீசத்தொடங்கிய புதிய இலக்கிய அலை தோற்றுவித்த சிறந்த படைப்பாளிகளின் சிறுகதைகளில் வந்து நிறுத்தியுள்ளார்.

சுபாவத்திலேயே புதுமையும் பித்தமும் சிருஷ்டிகரமும் கொண்ட புதுமைப்பித்தன் துலக்கிய தமிழ்ச் சிறுகதை இலக் கியத்தின் வரலாறும், தமது கதைகளையும், தமது சமகாலத்தார் (மௌனி, கல்கி) கதைகளையும், முன்னோடிகளின் (அ. மாதவையா, பாரதியார், வ.வே.சு. ஐயர், ராமானுஜலுநாயுடு) கதைகளையும் பற்றி எழுதிய மதிப்பீடுகளும் விமர்சனங்களும், இலக்கியம் பற்றிச் சமகால எழுத்தாளர்களோடு அவர் நடத்திய விவாதங் களும் (கு.ப. ராஜகோபாலன், கல்கி) நவீன தமிழ் இலக்கியம் பற்றிய பொதுவான அறிவுச் சொல்லாடலையும், சிறப்பாகத் தமிழ்ச் சிறுகதை இலக்கியம் பற்றிய அறிவுச் சொல்லாடலையும் சாத்தியமாக்கிவிட்டன. இச்சாத்தியப்பாட்டிற்குப் புதுமைப்பித்த னோடுகூட 'மணிக்கொடி'யில் எழுதிய ந. பிச்சமூர்த்தி, கு.ப. ராஜ கோபாலன், பி.எஸ். ராமையா, சிதம்பரசுப்பிரமணியன், சி.சு. செல்லப்பா, மௌனி முதலான எழுத்தாளர்களும் காரணர் களாக இருந்தார்கள்.

இந்தப் பின்னணியில் புதுமைப்பித்தனின் சிறுகதைகளைப் பற்றிய 'விமர்சன' மரபு ஒன்று, 'புதுமைப்பித்தன் கதைகள்' (1940) என்ற முதல் தொகுப்பிற்கு ஆங்கிலப் பேராசிரியர் ரா. ஸ்ரீ. தேசிகன் எழுதிய அணிந்துரையிலிருந்து தொடங்கி, புதுமைப்பித்தன் மறைவுக்குப் பின்னர் (1948) சி.சு. செல்லப்பா, 'சிட்டி' சிவபாத சுந்தரம், க.நா. சுப்ரமண்யம், மௌனி, அசோக மித்திரன் ஆகிய எழுத்தாளர்கள் வழியாகத் தொடர்ந்தது. இதன் இறுதிநிலையைப் 'புதுமையும் பித்தமும்' கட்டுரை சுட்டி நிற்கிறது. மேற்படி எழுத்தாளர்கள் புதுமைப்பித்தனைப் பற்றியும், அவரது படைப்புக்களைப் பற்றியும் முன்மொழிந்த விமர்சனக் கருத்துக் களைப் 'புதுமைப்பித்தன் வரலாறு' (1951) எழுதிய தொ.மு.சி. ரகு நாதன் 'புதுமைப்பித்தன் கதைகள்: சில விமர்சனங்களும், விஷமத் தனங்களும்' (1999) என்ற நூலில் தொகுத்துக் கூறியுள்ளார். அவை வருமாறு:

புதுமைப்பித்தன் ஒரு தழுவல் எழுத்தாளர். மௌனி, கு.ப. ராஜகோபாலன் ஆகிய எழுத்தாளர்கள் எழுதத் தொடங்கும் போதே சிகரமான சிறுகதைகளைப் படைத்தார்கள்; ஆனால் புதுமைப்பித்தன் அவ்வாறில்லை. ஆரம்பத்தில் தழுவல் கதைகள், மொழிபெயர்ப்புக் கதைகள், வெறும் கதைகள், தோல்விகண்ட

கதைகள் எழுதிப் பயிற்சி எடுத்தபிறகே 'சிற்பியின் நரகம்' போன்ற சிகரமான சிறுகதையை அவரால் படைக்க முடிந்தது. ஏறத்தாழ அறுபது கதைகளை இவ்வாறு எழுதிப் பயிற்சி பெற்ற பிறகுதான் அவரால் சிறந்த சிறுகதைகளை எழுத முடிந்தது. அவரது நூறு கதைகளில் பதினைந்துகூட சிறுகதையின் தரத்திற்கு வராதவை. அவர் ஓர் இலக்கியத் திருடர்; படைப்புத் துரோகம் பண்ணியவர், அவரது சிறுகதைகள் எல்லாமே அவசரத்தில் எழுதப்பட்டவை. அளவுக்கு அதிகமாகச் சோதனைகள் செய்தவர்; பேராசைக்காரர். அவர் கதைகளில் இயங்கிய அவருடைய 'ஐரானிக் ஆட்டிட்யூட்' (Ironic attitude = முரண் மோகம்) பிரமாத மான சாதனை காட்டினாலும் ஒரு பூரண இலக்கியத் தன்மை அவரிடம் உருப்பெறவில்லை; இந்த வகையில் தமிழ்நாடு ஒரு மேதையை இழந்துவிட்டது; தனித்துவமும், தனித்த ஆளுமையும் இல்லாத அவரைவிட அவர் காலத்தில் சிறுகதைகள் எழுதிய கு.ப. ராஜகோபாலன், மௌனி ஆகியோர் சிறந்த படைப்பாளிகள். அவரது கதைகளைப் போல் இன்றி கு.ப. ராஜகோபாலனின் எல்லாக் கதைகளும் தன்னிகரற்றவை.

இவ்விமர்சனக் கருத்துக்கள் சிலவற்றுக்குக் க.நா. சுப்ர மண்யமும் பொறுப்பு வகித்துள்ளார். புதுமைப்பித்தனைப் பற்றிய நேர்மறை விமர்சனச் சிதறல்களோடு கலந்து வெளிவந்த வன்மம் மிக்க இந்த எதிர்மறை விமர்சனக் கருத்துக்களை முழுமையாக விலக்கி நேர்மையோடும், பொறுப்போடும், பக்குவநிலையோடும், தொலைநோக்கோடும், எழுதப்பட்ட சிறப்புக் கட்டுரையாக க.நா. சுப்ரமண்யத்தின் 'புதுமையும் பித்தமும்' அமைந்துள்ளது. ஒரு விதத்தில் இதனை ஒரு கழுவாய் (பிராயச்சித்தம்) என்றுகூட வருணிக்கலாம். இதன் சிறப்புகளை எடுத்துக்கூறுவதற்கு முன்பாக, புதுமைப்பித்தனையும் அவரது படைப்புக்களையும் பற்றிய முற்போக்கு - சோசலிச எதார்த்தவாத - வரலாற்றுப் பொருள் முதல்வாத விமர்சனத்தை நோக்கலாம். தொ.மு.சி. ரகுநாதன், தி.க. சிவசங்கரன், க. கைலாசபதி ஆகிய விமர்சகர்கள் இத்தகைய விமர்சனத்தை வளர்த்தார்கள். இவர்களுள் ரகுநாதன் 1940-50கள் முதல், 1990கள் வரையிலும் புதுமைப்பித்தனை சோசலிச எதார்த்த வாத அடியொற்றி முற்போக்காளர், சுயமரியாதை, பகுத்தறிவு சார்ந்தவர், கார்ல் மார்க்ஸ் நூல்களையும், ரஸ்ஸல் நூல்களையும் படித்தவர், நாத்திகச் சிந்தனைகளில் ஈடுபாடு கொண்டவர், சோசலிசம், கலை மக்களுக்காக, உள்ளடக்கமே பிரதானம் என்ற கொள்கையை ஏற்றவர் என்று தொடர்ந்து எழுதிவந்துள் ளார். புதுமைப்பித்தனைப் பிராமணரல்லாதார், பெரியாரியம், சோசலிசம் ஆகியவற்றின் பக்கமாக அணிவகுத்து, தேசிகன், 'சிட்டி', சி.சு. செல்லப்பா, க.நா. சுப்ரமண்யம், அசோகமித்திரன், மௌனி ஆகியோரின் எதிர்மறை விமர்சனத்தைப் பிராமணியம்

என அடையாளப்படுத்தி அதற்கு வியூகம் அமைக்கும் நடவடிக்கை யாக ரகுநாதனின் செயல் அமைந்துள்ளது. ஆயின், இவரது தோழரும் நண்பருமான தி.க. சிவசங்கரன் தமது இளம்பருவத் தில் 'வீரவணக்கம் வேண்டாம்' ('சரஸ்வதி', ஜூலை, ஆகஸ்டு, 1957) என்ற தலைப்பில் புதுமைப்பித்தனைப் பிடிவாதமான தனிநபர்வாதி என்றும், 'கலை கலைக்காகவே' என்ற கொள்கைக் காக வீரதீரமாகப் போராடியவர் என்றும் சாடியுள்ளார். புதுமைப் பித்தன் நல்ல இலக்கியத்தோடு நசிவு இலக்கியத்தையும், விஞ்ஞானத்தோடு அஞ்ஞானத்தையும், அமுதத்தோடு நஞ்சையும், யதார்த்தவாதத்தோடு பழைமைவாதத்தையும் எழுதியவர் எனத் தீர்ப்பிட்டுள்ளார். இதேபோல, க. கைலாசபதி, புதுமைப்பித்தனை அதீத தனிமனிதவாதி, சுத்த கலைநோக்குக் கொண்டவர், புற உலகை மறுக்கும் நம்பிக்கை வறட்சி கொண்டவர் ('தமிழ் நாவல் இலக்கியம்', 1968) என்று விமர்சித்தார்.

க.நா. சுப்ரமண்யம் குழுவினர் புதுமைப்பித்தன் பற்றி முன் வைத்த வன்மமான விமர்சனக் கருத்துக்களைக் கைவிட்டுப் பக்குவநிலையிலிருந்து க.நா. சுப்ரமண்யம் 'புதுமையும் பித்தமும்' (1987) எழுதியதுபோல, இடதுசாரி அரசியலைச் சேர்ந்த விமர் சகர்கள் புதுமைப்பித்தனைப் பற்றித் தீர்ப்பிட்ட தங்களது பழைய நிலைப்பாட்டை மாற்றி இன்று அவரைத் தலைசிறந்த தமிழ்ச் சிறுகதையாசானாக ஏற்றுக்கொண்டுவிட்டார்கள் எனத் தெரிகிறது. எவ்விதமான ஆதாய அரசியல் கண்ணாடியணியாமல் தமது சுபாவப்படியே கண்டு உணர்ந்து கொதித்துத் தணிந்து சிரித்துச் சீண்டிச் சிறுகதைகளை ஒரு லாவகத்தோடு படைத்த புதுமைப்பித்தனைப் போன்ற படைப்பாளிகளால் விமர்சன வன்மங்களை எவ்விதமான 'லாபி'களின் ஒத்தாசையின்றியே கடக்க முடிந்துள்ளது. சமகாலத்தில் வாழும் தமிழ்ப் படைப்பாளி கள் இவ்விசயத்தை உணர்வது நல்லது. படைப்பாளிகளைவிட அவர்களது படைப்புக்களுக்கு நீண்ட ஆயுள் உண்டு என்பதை உணர்பவர்கள் தங்களது ஆயுள் காலத்திலேயே தங்களது படைப்புக்களால் தங்களுக்குப் பேரும் புகழும் பொருளும் கிடைக்க வேண்டும் என எண்ணமாட்டார்கள். அப்படி எண்ணாதவனே சுபாவத்தில் அசல் படைப்பாளியாக இருப்பான் என்பதற்குப் புதுமைப்பித்தன் சான்று. புதுமைப்பித்தன் கதைகளில் படைக்கப் பட்ட 1930-1945 காலகட்ட நவீனத்துவம், ஐம்பது ஆண்டுகளுக்குப் பிறகும் அதே நவீனத்துவமாகவே காட்சியளிப்பதற்குக் காரணம், அவர் கொள்கை என்ற தீப்பந்தத்தின் மிகுதியான வெளிச்சத்தால் கண் கூசி மங்கி, அதனால் அறிவுமங்கிவிடாதவாறு அதனை எட்டத்தில் வைத்ததேயாகும். இதன் காரணமாகவே அவரால் தமது சிறுகதைகளில் சிந்தனைகளுக்கு உருவம் தரமுடிந்தது. எந்த ஒரு சித்தாந்தத்துக்குள்ளும் அவர் அடங்கமறுத்ததால்

அவரது படைப்புச் சுபாவம் சுதந்திரமாகச் செயல்பட்டது. இலக்கியத்தின் பன்முகப்பட்ட பண்பை, அதன் பல்வேறு வடிவங்களின் சாத்தியத்தைப் புதுமைப்பித்தன் ஏற்றதற்கு அவர் வாழ்க்கையின் பல்வேறு முரண்பாடுகளை அங்கீகரித்ததையும், அவற்றுக்குச் சம முக்கியத்துவத்தைத் தந்ததையும், இவற்றில் எந்த ஒன்றையும் அவர் ஏற்றுக்கொண்டு ஆடாததையும் க.நா. சுப்ரமண்யம் எடுத்துக்காட்டியுள்ளார்.

புதுமைப்பித்தன் செயலூக்கமாக வாழ்ந்த அந்தக் கால கட்டத்தில் சமூக - சமய ஆசார சீர்திருத்த அரசியல், பிரிட்டிஷ் வைஸ்ராய், கவர்னர் ஆகியோரின் அடக்குமுறை ஆட்சி அரசியல், காந்தியத்தின் சத்தியாக்கிரகம், சட்டமறுப்பு, ஒத்துழையாமை, எதிர்ப்பு இயக்க அரசியல், இந்து - முஸ்லீம் முரண் அரசியல், கிறிஸ்தவ மதமாற்ற அரசியல், காந்தியின் தீண்டாமை ஒழிப்பு அரசியல், முதலாளி மற்றும் தொழிலாளி அரசியல், உலகளாவிய விடுதலை அரசியல், உலகப்போர்களின் அரசியல், காங்கிரஸின் சுதேசிய அரசியல், பிரமணரல்லாதார் அரசியல், ஆலயப்பிரவேசம், இட ஒதுக்கீடு, வகுப்புவாரி பிரதிநிதித்துவம், சுயமரியாதை பகுத்தறிவு சார்ந்த இயக்க அரசியல், சாதிய எதிர்ப்பு அரசியல், பண்டிதத்தின் பழமை, தூய்மை, ஒழுங்கு சார்ந்த அதிகார அரசியல், இலக்கியத்தில் தரம் - தரம் இன்மை, சிருஷ்டி- வாணிபம் என்ற பாகுபாடுகளை ஏற்படுத்திய நவீனத்துவ இலக்கிய அரசியல், பொதுவுடைமை இயக்க அரசியல், ஊடகங்களின் விளம்பர அரசியல், பிராமணிய ஆதிக்க நீட்டிப்பு அரசியல் முதலான அரசியல் செயல்பாடுகளும் அவற்றின் இயக்கங்களும் கொள்கைகளும் உண்மைகளும், நவீனத்துவம் பற்றிய மேற்கத்தியக் கொள்கைகளும் உண்மைகளும் புதுமைப்பித்தனுக்கு நன்றாகத் தெரியும். அவற்றில் சிலவற்றை அவரது அறிவு உள்வாங்கியது, சிலவற்றை உதறிவிட்டது. அவரது படைப்புசார்ந்த சுபாவம் தனது சுய இயக்கத்துக்குத் தங்கு தடை வராதபடி அவற்றைக் கைக்கு எட்டிய தூரத்தில் வைத்துப்பார்த்தது. படைப்புத் தர்க்கத்துக்கு உகந்தவிதத்தில் அறிவு தர்க்கத்தை இடம் பெயர்த்தது. இதனால்தான் புதுமைப்பித்தனால் எல்லா விதமான நியாயங்களுக்கும் படைப்பு வடிவம் கொடுக்கச் சாத்தியப்பட்டது.

க.நா. சுப்ரமண்யத்தின் 'புதுமையும் பித்தமும்' புதுமைப் பித்தனையும் அவரது எழுத்துக்களையும், அவர் வாழ்ந்த காலச் சூழலையும் சரியாக நெருங்கியிருக்கிறது என்றுதான் சொல்ல வேண்டும். அதில் நிதானம் கைகூடியுள்ளது. புதுமைப்பித்தனுக்கு நியாயம் செய்துள்ளது. அக்கட்டுரையில் முதல் வாக்கியத் திலிருந்து கடேசிவரை க.நா. சுப்ரமண்யத்தின் நுட்பம் செறிந்த,

எதற்காகவும் அனுசரிக்காத, மனம்திறந்த விவரிப்பினை உணர லாம்.

1930களில் எழுதிய ஒரு சிறுபான்மை எழுத்தாளர்களை இலட்சிய வேகத்தோடு தரமான சிறுகதைகளை எழுதத் தூண்டிய அரசியல், ஆங்கிலப்படிப்பு, கல்வி, சிறுகதைச் சூழல், பத்திரிகைச் சூழல், புதுமைப்பித்தனுக்கும் இருந்தது. புதுமைப்பித்தன் படித் திருக்கக்கூடிய ஆங்கிலவழிச் சிறுகதைகள், நாவல்கள் பற்றிக் க.நா. சுப்ரமண்யம் தந்துள்ள பட்டியல் மலைப்பைத் தருகிறது. ஆயினும் மற்றவர்களினும் பார்க்க புதுமைப்பித்தனிடம் படைப்பு மேதைமை, பூரணத்துவம் பளிச்சிடுவதற்கு அவரிடம் தனிப்பட்ட விதத்தில் கிளர்ந்த சொந்தக் கற்பனை மேதைமையையும், மரபான தமிழ் யாப்புக் கவிதைப் பரிச்சயத்தையும், உலக இலக்கியச் சிறுகதைகளைக் கற்றுணர்ந்த அறிவையும் காரணங் களாகக் க.நா. சுப்ரமண்யம் கண்டுள்ளார். மேலும் இவை மூன்றும் புதுமைப்பித்தனிடம் கூடிவந்ததோடு, ஆங்கில அறிவு தந்த இலக்கியப் பரிச்சயமும், திருநெல்வேலித் தமிழ் மரபு தந்த அறிவும் அவருக்குத் தனித்தன்மையைத் தந்தன என்று புதுமைப் பித்தனைச் சரியாக அணுகியுள்ளார்.

புதுமைப்பித்தன் எந்தக் கொள்கைக்கும் ஆட்பட்டுப் போக வில்லை; இலக்கியம் மற்றும் வாழ்க்கையின் பன்முகப் பண் பினையும் பல்வேறு முரண்பாடுகளையும் ஏற்று அவற்றுக்கு உரிய முக்கியத்துவத்தை அவர் தந்தது அவரது படைப்புகளுக்கு உரிய வீச்சினை, பரப்பினை, அகன்ற வெளியினை உண்டாக்கி விட்டது.

இன்று எழுதுகிறவர்களுக்கும், இனி வரப்போகிற எழுத்தாளர் களுக்கும் புதுமைப்பித்தன் தமது படைப்பில் செய்து காட்டிய உண்மை ஒளி, சிந்தனை வேகம், சிந்தனைச் சுதந்திரம், கருத்து விஸ்தீரணம், உருவ அமைதி பயனுள்ளவையாக இருக்கும் என்று க.நா. சுப்ரமண்யம் பரிந்துரைத்துள்ளார்.

இறுதியில், 'பாரதியின் பர்சனாலிட்டியைக் குறிப்பிடுவதற்கு வேகம் என்ற ஒரு வார்த்தையைச் சொல்லலாம்... 'இருட்டு' என்கிற வார்த்தையை, புதுமைப்பித்தனுடைய பர்சனாலிட்டியைக் குறிப்பதாக நாம் எடுத்துக் கொள்ளலாம்' என்று க.நா. சுப்ரமண்யம் அடையாளப்படுத்துவது மட்டும் சற்றே நெருடுகிறது. இருட்டைப் புதுமைப்பித்தனின் படைப்பு ஆளுமையாகக் கண்டதற்கான நியாயங்களைக் க.நா. சுப்ரமண்யம் தெளிவுபடுத்தவில்லை. பாரதியார், வேகமாகச் சென்று இருட்டைத் தழுவியவர்; புதுமைப் பித்தன் இருட்டுக்கு ஒளி ஏற்றும் நினைப்பின்றியே ஒளியேற்றியவர். பொதுவாக அக்கறையோடு செய்யப்படும் இத்தகைய

விமர்சனங்களில், ஒரு ஆகிருதியின் படைப்பு ஆளுமையை ஒற்றைச் சொல்லுக்குள் அடக்க முனைவது தேவையற்றது; குழப்பத்தை உண்டாக்கும்.

மிகையும், குறையும் நேராதபடி ஓர் எச்சரிக்கை உணர்வோடு இம்முறை க.நா. சுப்ரமண்யம் புதுமைப்பித்தனை விமர்சித்தது குறிப்பிடத்தக்கது; பாராட்டிற்குரியது.

ராஜ் கௌதமன்

புதுமைப்பித்தன் கதைகள்

தமிழில் இதுவரை சிறுகதை எழுதப் பேனா எடுத்தவர் களிலே மேதை படைத்தவர் புதுமைப்பித்தன் அவர்கள் ஒருவர் தான் என்பதில் சந்தேகத்துக்கிடமேயில்லை. அவர் எழுதிய (செல்லப்பா கணக்குப்படி) தொண்ணூரத்திச் சொச்சம் கதை களிலே அநேகமாக எல்லாவற்றிலுமே அவர் மேதை காணக் கிடக்கிறது. அவருடைய பார்வை, கருத்து, வேகம், நடை எல்லாவற்றிலுமே நாம் அவருடைய மேதையைக் காணலாம்.

ஆனால் மேதை வேறு – கலை வேறு. புதுமைப்பித்த னுடைய மிகச் சிறந்த சிறுகதைகள் என்று சொல்லக் கூடிய பத்துக் கதைகளிலும்கூடக் கலையம்சம் பூரணமாகக் காணப் படவில்லை என்பதைச் சொல்லத்தான் வேண்டும். புதுமைப் பித்தன் என்கிற மேதை தனது எழுத்துப் பூராவையும் கலையாக் குவதற்கு வேண்டிய பயிற்சியிலும் கட்டுப்பாட்டிலும் நம்பிக்கை யற்றவராக இருந்துவிட்டார். அவருடைய சிறுகதைகளில் கலையாகக் பூரணத்வம் பெற்றவை, உருவமும் கருத்தும் அமையப் பெற்றவை மிகமிகச் சிலவேயாகும்.

இதை வேறு ஒரு கோணத்திலிருந்தும் பார்க்கலாம். அவருடைய கதைகளில் பரந்துநிற்பது லேசான – சில சமயம் அழுத்தமாகவும் விழுகிற – ஒரு கசப்பு. ஆனால் கசப்பு என்பது ஒரு வாழ்க்கைத் தத்துவமோ அல்லது பூரணநோக்கோ ஆகி விடாது. அந்தக் கசப்பு காரணமாக என்ன முடிவு எடுக்கச் செய்கிறது என்பதை வைத்துத்தான் கருத்து, தத்துவம் பூரணத்வம்

பெறும். புதுமைப்பித்தன் கதைகளில் கசப்பு எந்தக் கருத்துக்கும், தத்துவத்துக்கும் வழிகாட்டவில்லை. அவருடைய தனித்வம் (பெர்ஸனாலிடி) பூரணத்வம் பெறவில்லை. இன்னும் ஒரு தலைமுறை உயிருடன் இருந்திருந்தால் என்ன ஆகியிருக்குமோ – இருந்த வரையில் அவர் எழுதியுள்ள கதைகளை வைத்துக் கொண்டு அவரைப் பூரணமான தனித்வம் உள்ளவராகக் கருதமுடியாது. இதனால்தான் அவரை கம்யூனிஸ்டுகளும், கம்யூனலிஸ்டுகளும் இடையில் ஏதோ எண்ணிக்கொண்டு தங்கள் கட்சிகளை ஸ்தாபித்துக்கொள்ள ஆதரித்தனர். இப்போது கம்யூனிஸ்டுகளும், வகுப்புவாதிகளும் அவரைக் கைவிட்டுவிட் டார்கள் – இலக்கிய விமரிசகர்கள்தான் அவருடைய மேதையை யும், பூரணம் பெறாத தனித்வத்தையும் கொண்டு அவரைக் கணிக்க முற்பட வேண்டியதாக இருக்கிறது.

புதுமைப்பித்தன் முற்போக்குவாதியா? திருவள்ளுவரிலும், கம்பனிலும், சுப்ரமண்ய பாரதியாரிலும் முற்போக்குக் கருத்துக் களுக்குக் குறைவா என்ன? அந்த அளவில் புதுமைப்பித்தன் முற்போக்குவாதிதான்.

புதுமைப்பித்தன் சநாதனியா? திருவள்ளுவரிலும், கம்பனி லும், சுப்ரமண்ய பாரதியாரிலும் சநாதனக் கருத்துக்களுக்குக் குறைவா என்ன? அந்த அளவில் புதுமைப்பித்தனும் சநாதனி தான்.

புதுமைப்பித்தன் சிறுகதைகளில் சாதித்ததை ஒருவிதத்தில் சுப்ரமண்ய பாரதியார் கவிதையில் சாதித்ததற்கு ஒப்பிடலாம். சிறைப்பட்டிருந்த தமிழ்க் கவிதை நடைக்கு விடுதலை தேடித் தந்தவர் பாரதியார். சிறைப்பட்டிருந்த தமிழ் வசன நடைக்கு விடுதலை தேடித்தந்தவர் புதுமைப்பித்தன். கதைக்கு (சிறு கதைக்கும் நீளக்கதைக்கும்) தக்கதானதோர் வசன நடையை அமைத்துக்கொள்ள தமிழ் மறுமலர்ச்சி எழுத்தாளருக்கு வழி தேடித் தந்தவர் புதுமைப்பித்தன். அவரால் மேற்கொண்டு சிறுகதை சிருஷ்டி வளம்பெறுவது சாத்தியமாயிற்று. பின்னர் தி. ஜனகிராமனும் (திருநெல்வேலி பார்ப்பனரல்லாதார் வெள்ளாளர்? கொச்சையைப் புதுமைப்பித்தன் உபயோகித்த அதே வெற்றித் திறனுடன் தி. ஜானகிராமன் தஞ்சாவூர்ப் பார்ப்பனர் கொச்சையை உபயோகித்திருக்கிறார்), லா.ச. ராமா மிருதமும் (தமிழில் நினைவுப்பாதைக் கதைகளை ஒரு கோடி எடுத்துக்காட்டிய புதுமைப்பித்தன் சுவட்டிலே சென்று நினைவுப் பாதை நடையைக் கவிதையாகவே கையாண்டு ஸ்தாபித்து விட்டவர் லா.ச.ரா.) சாத்தியமானது புதுமைப்பித்தன் அன்று எழுதியதால் தான் என்று சொல்லத் தோன்றுகிறது எனக்கு.

க.நா. சுப்ரமண்யம்

வளர்ச்சியைச் சாத்தியமாக்கினார்; மேதை; முற்போக்குக் காரர்; சனாதனி; கசப்பு தொனிக்க எழுதியவர் – இவ்வளவும் சேர்ந்துதான் பூரணமாகாத புதுமைப்பித்தனின் தனித்வம். தமிழில் சிறுகதை எழுதியவர்களில் சிறப்பாகச் சொல்ல வேண்டிய ஒருவர். ஆனால் அவர் சிறுகதைகள் கலாபூர்வமாக உருவம் பெற்றவையல்ல. (இந்த அளவில் மௌனியோடு ஒப்பிடும்போது புதுமைப்பித்தன் சிறுகதைகளைப் பூரணத்வம் பெறாதவை என்றே கூறவேண்டும்) தமிழில் சிறந்த சிறுகதை கள் தொகுப்புக்குப் புதுமைப்பித்தனின் சிறுகதைகளில் எதைத் தேர்ந்தெடுப்பது என்பது பற்றி யோசிக்கும்போது சில விஷயங் கள் தெளிவாகின்றன.

புதுமைப்பித்தனின் தொண்ணூற்று சொச்சம் கதைகளில் பெரும்பாலானவை அவசரத்தில் எழுதியவை. ஒரு கட்டுக் கோப்போ உருவமோ அல்லது கலை அமைதியோ பெறாதவை. கருத்தால் சிறந்த சில கதைகள் கட்டோடு உருவமோ பெறாமல் நின்றுவிடுகின்றன. 'அன்று இரவு' என்கிற சிறுகதை இதற்குச் சிறந்த உதாரணம். எல்லா விஷய அம்சங்களும் சிறப்பாக இருந்தும் இக்கதை காமாசோமா என்று உருவம் பற்றியவரை யில் நிற்கிறது. 'கடவுளும் கந்தசாமிப்பிள்ளையும்' என்கிற கதையும் அதே அளவில்தான். எத்தனையோ விஷயங்களை லேசாக மனத்தைக் கிளறுகிறவகையில் சொல்லிக்கொண்டே போகிற ஆசிரியர் உருவம் தந்து சிறுகதையாக அதைச் செதுக்க வில்லை. 'காஞ்சனை' உருவமும் விஷயமும் அமைந்த கதை – ஆனால் அது – கதை விஷயமும் உருவமும் – புதுமைப்பித்த னுடையது அல்ல, ஷெரிடன் லாஃபானு என்கிற ஐரிஷ் ஆசிரியனுடையவை (இந்தமாதிரிப் பல: மோபாஸான் கதை களையும், நட்ஹாம்ஸன் கதை ஒன்றையும் புதுமைப்பித்தன் எடுத்துக் கையாண்டிருக்கிறார். இதனால் அவர் கற்பனைக்கு இழுக்கு ஒன்றுமில்லை. அவர் விஷயத்தில் இது மறதியாகவே நேர்ந்திருக்கலாம். வேறு பல பத்திரிகாசிரியர்கள் விஷயத்தில் போல ஏமாற்றிவிடுகிற உத்தேசத்துடன் தோன்றியதல்ல இக்கதை. புதுமைப்பித்தனைப் பிரசுரிப்பவர்கள் எது அவர் கற்பனை, எது பிறர் கற்பனை என்று குறிப்புச் சேர்த்துப் பிரசுரித்தால் வாசகர்களில் பின்வரும் தலைமுறைகளுக்குச் செளகரியமாக இருக்கும்.)

கருத்து என்பது மேதையின் காரணமாகப் புதுமைப்பித்தன் மனத்தில் பளிச்சிட்டது. அந்தக் கருத்தை உருவமாக்க, அதுவும் சிறுகதை என்கிற உருவமாக்க, உழைப்பு தேவை. புதுமைப் பித்தன் எப்பொழுதுமே உழைக்கத் தயாராக இருந்ததில்லை. ஆகவேதான் அவர் கதைகள் பலவும் உருவம் பெறாமலே போய்விட்டன. ஆனால் எழுத்தில் அவருக்கிருந்த வேகத்தால்

இந்த உருவம் பெறாத கதைகளும் ஒரு முக்கியத்வம் பெறு கின்றன. 'மனக்குகை ஓவியங்கள்' என்கிற புதுமைப்பித்தன் கதையை அவருடைய சிறுகதைகளில் சிறந்ததாக நான் சொல்வேன். அதிலே அவருடைய பாணியின் பலமும், பலஹீன மும் ஒருங்கே தெரிகின்றன. கருத்துச் சிறப்பு தனியாக உள்ளகதை. ஆனால் ஒரு சிறந்த கதையாகவோ, பல சிறந்த கதைகளாகவோ, வாசகனுக்குச் செதுக்கித் தர புதுமைப்பித்தன் சிரமம் எடுத்துக்கொள்ளவில்லை. புறநானூறு பாட்டுக்களில் உள்ள கதைகளைச் சிருஷ்டிக்கப் பண்டிதர்கள் சிரமப்பட்டு முயலுகிறமாதிரி இந்தக் கதைக்குள் உள்ள சிறுகதைகளை வெளிக்கொணர்ந்து ரசிக்க, சொல்லப்பட்ட வாக்கியங்களுக் கிடையே உள்ள கதைகளை உருவாக்கிக்கொள்ள வாசகன் பாடுபடவேண்டும்.

கருத்துச் சிறப்பான கதை – பின்னால் ஒரு உருவமோ, பல உருவங்களோ இருப்பதாக மட்டும் புதுமைப்பித்தன் லேசாகக் கோடிட்டுக் காட்டியிருக்கிறார். அதற்குமேல் கதையை உருவாக்கித்தர புதுமைப்பித்தன் எதுவும் செய்ய வில்லை என்று 'மனக்குகை ஓவியங்கள்' என்கிற கதை பற்றிச் சொன்னேன். அதேபோலத்தான் 'சாபவிமோசன'மும். ஆனால் முன்னதைவிட இது சிறப்பாக உவமை பெற்றது போலத் தோன்றுவதற்குக் காரணம், அதன் முன்னணியாக ராமாயணம் என்கிற எல்லோருக்கும் தெரிந்த பெரும்கதை விரிந்து கிடப்பது தான். பல கோணங்களிலிருந்து கருத்து முதிர்ச்சி, உருவ ஏற்றம் இவைகளை வைத்து 'சாபவிமோசன'த்தைப் புதுமைப் பித்தனின் மிகச் சிறந்த கதையாகத் தேர்ந்தெடுப்பதில் தவறில்லை.

கருத்துச் சிறப்போ, உருவமோ இல்லாமல் புதுமைப்பித்தன் எழுதிய சிறுகதைகளில் சில வெற்றி பெற்றன. 'வேதாளம் சொன்ன கதை', 'விநாயக சதுர்த்தி' இவை இந்த ரகத்தைச் சேர்ந்தவை. அதேபோல் 'ஞானக்குகை' ஒரு ரகம். நமக்குச் சிறந்த சிறுகதை என்று தேடுகிறபோது பிற்போக்கு முற்போக்கு என்பதோ, சனாதனம் புரட்சி என்பதோ, போர்ஷ்வா சமதர்மம் என்பதோ முக்கியமல்ல. சிறுகதை என்கிற உருவம் எப்படி வந்திருக்கிறது என்பதும் அவ்வுருவத்தைத் தாங்குகிற கருத்து, கதைப்போக்கு எவ்வளவு இருக்கிறது என்பதும்தான் முக்கியம், புதுமைப்பித்தனில் சில நினைவுப்பாதைக் கதைகள் (மிகவும் பிற்போக்கான யுக்தியாகவே இதைப் புதுமைப்பித்தன் கையாண் டார்) சிறப்பாக அமைந்தன – 'நினைவுப்பாதை', 'செல்லம்மாள்', 'கயிற்றரவு'. 'கயிற்றரவு' என்கிற கதையிலே இந்த உத்தியின் பிற்கால வளர்ச்சியைச் சுட்டிக்காட்டுகிற அளவுக்குச் செய்திருக் கிறார் புதுமைப்பித்தன். இன்றைய வாழ்க்கையின் வியர்த்தத்தைச்

 க.நா. சுப்ரமண்யம்

சுட்டிக்காட்டுகிற மாதிரி சில கதைகள் – 'சுப்பையா பிள்ளை யின் காதல்கள்' – அமைந்துள்ளன. இவற்றின் போக்கும் பின்னர் புதுமைப்பித்தன் கதைகளில் அமைந்துள்ள போக்குத்தான்.

இப்படியாகப் புதுமைப்பித்தன் சிறுகதைகளில் ஒரு குழப் பம் இருக்கிறது. இது விமரிசகன் மனத்திலிருப்பதாக எண்ணு வதற்கில்லை. புதுமைப்பித்தன் பாணியிலேயே, பூரணத்வம் பெறாத தனித்வத்தின் விளைவாக எழுந்த குழப்பம் இது. ஆனால் என்னுடைய தமிழில் சிறந்த சிறுகதைத் தொகுப்புக்கு நான் புதுமைப்பித்தனின் 'சாபவிமோசன'த்தையாவது 'விநாயக சதுர்த்தி' என்கிற கதையையாவதுதான் தேர்ந்தெடுப்பேன். இரண்டிலும் புதுமைப்பித்தனுடைய மற்ற கதைகளில் போலவே உருவம் பூரணமாகத் திருப்தியளிப்பதல்லதான். ஆனால் இரண்டிலும் புதுமைப்பித்தனின் மேதை பூரணமாகத் தெரிகிறது.

உருவ பூர்வமாகப் பூரணமாகத் திருப்தியளிக்கிற கதை என்று புதுமைப்பித்தன் கதைகளில் ஒரு கதையையும் சொல்ல முடியாது (இந்த அளவில் புதுமைப்பித்தனை விடச் சிறப்பான சிறுகதைகள் எழுதியவர்கள் மௌனி, லா.ச. ராமாமிருதம், கு. அழகிரிசாமி உட்பட பலர் இருக்கிறார்கள்.) ஆனால் புதுமைப் பித்தன் சிறுகதை என்கிற இன்றைய இலக்கிய வளத்தைச் சாத்தியமாக்கியவர் என்பது அவருடைய தனிப்பெருமை. அவர் நடையும் புதுத்தமிழும் தமிழ் மறுமலர்ச்சி எழுத்தாளர் களுக்குத் துணிவு தந்தன – சோதனை செய்யத் தெம்பு தந்தன. அந்த அளவுக்குப் புதுமைப்பித்தனின் சிறுகதைகளைப் பாராட்ட வேண்டும்.

'எழுத்து', மார்ச் 1962

புதுமைப்பித்தன் என்று ஒரு மேதை

ராஜாஜி பற்றிக் கேட்பது போலவே சில கருத்தரங்கு களில் புதுமைப்பித்தன் என்கிற பெயரைக் கேள்விப்பட்டிருந்த சிலர் விசாரிப்பது உண்டு. புதுமைப்பித்தன் பற்றி, அவர் சின்ன வயதில் காலமான ஒரு மேதை என்று குறிப்பிட்டு, நேரடியாகவே அவர் சிறுகதை, புதுக்கவிதைச் சாதனைகளைப் போதுமான அளவு சொல்வேன்.

மேதை என்கிற சொல்லுக்கு ஓர் இலக்கணமாக இருந் தவர் சொ. விருத்தாசலம். புதுமைப்பித்தன் என்கிற புனைபெயர் அவருக்கு மிகவும் பொருத்தமான பெயர். நல்ல இலக்கியம் அமைக்க ஒரு புதுமை ஆர்வமும் அத்துடன் சற்றே பித்தமும் சேர்ந்திருக்க வேண்டும். இரண்டும் அவரிடம் இருந்தன.

அவர் கதைகள் நன்றாயிருக்கின்றன என்று அவரிடம் சொல்லிவிட்டால், "அப்படித்தானிருக்கும்! நீர் யார் அதைச் சொல்ல!" என்று சொன்னவனைக் கடிந்துகொள்வார். யாராவது புதுசாக எழுதவிரும்பி அவரிடம் வந்து சொன்னால், "எழுதாதே தம்பி! எழுதாதே! எழுதி உருப்பட முடியாது. நான் உருப்பட வில்லை பார்! நீயும் எழுதினால் உருப்படமாட்டாய் போ!" என்று அதைரியப்படுத்தி அனுப்பி விடுவார். போனவாரம் ஒருவருடன் நண்பராக இருந்தாரே என்று இந்த வாரமும் அதே நபருடன் நண்பராக இருப்பார் என்று எண்ணினால் ஏமாந்துவிடுவோம். நட்பிலே நெருங்கவும் விடமாட்டார். நட்பை முறித்துக் கொண்டு போகவும் விடமாட்டார். நமக்கு

க.நா. சுப்ரமண்யம்

வேண்டியவர் என்று எண்ணினோமானால், சமயம் பார்த்துக் காலைவாரிவிட்டுவிடுவார்.

புஸ்தகங்களைப் படித்தால் அதில் முதலில் கொஞ்சம், கடைசியில் கொஞ்சம், நடுவில் கொஞ்சம் என்று படித்துவிட்டு ஊன்றிக் கவனித்து மற்றவர்கள் கிரஹிப்பதைவிட அதிகமாகக் கிரஹித்துக்கொண்டு விடுவார். 'மிஸ்டர் வெஸ்டன்ஸ் குட் வைன்' என்கிற டி.எஃப். பௌவிஸ் எழுதிய நாவலை அவர் ஒரு தமிழ் உருவமாக, புது நவபுராணக் கதையாக 'கடவுளும் கந்தசாமிப் பிள்ளையும்' என்கிற சொந்த இலக்கியமாக மாற்றி யிருக்கிற லாவகமே அவர் மேதைக்கு ஒரு சான்று. சொ.வி.யின் சிறப்பான கலையம்சங்கள் நிறைந்த கதை அது.

ஒரு மொழி நூலைத் தழுவித் தமிழில் எழுதுவதற்கு அவர் எதிரி; ஆனால் அவரே சில சமயங்களில், அவசியப் பொருளாதாரத் தேவையை முன்னிட்டு முதல் நூல் பெயர் தெரிவிக்காமல் தழுவி எழுதியிருக்கிறார். வசைபாடுவதில் மன்னன்; குறிப்பிட்ட ஒரு சிலரைத்தான் வசைபாடுவார் என்பதில்லை; நண்பர்களையும் விட்டு வைக்கமாட்டார்; அதனால் நட்பையும் இழந்துவிடமாட்டார். ஒரு கதையையும் எழுதிய பிறகு திருப்பிக்கூடப் பார்க்கமாட்டார். திருத்தி சரி பார்ப்பது என்பது கிடையவே கிடையாது. அச்சு யந்திர அவசரத்துக்கு ஈடுகொடுக்க எழுதப்பட்டவைதான் எல்லாம்.

'சில்பியின் நரகம்' என்கிற அவர் கதை 'மணிக்கொடி'யில் வெளிவந்த சில மாதங்களில் நான் அவருக்கு அறிமுகமானேன். ஒரு பத்து வருஷங்கள் அவருடைய அமைதிதராத நட்பு எனக்குக் கிடைத்தது. தமிழில் எழுத ஆரம்பித்திருந்த நான் தொடர்ந்து எழுதுவது என்கிற விஷயம் அவர் பாதிப்பினால் தான் ஏற்பட்டது என்று சொல்லவேண்டும்.

நாவல் எழுதுவது பற்றி ஒரு தடவை (1938இல்) பேசிக் கொண்டிருந்தபோது நான் ஒரு மாசத்தில் நாவல் எழுதிக் காட்டுவதாகச் சவால் விட்டுவிட்டு சேலத்தில் போய் உட்கார்ந்துகொண்டு என் 'சர்மாவின் உயி'லை எழுதினேன். என் முதல் கதைத் தொகுப்பான 'அழகி' வெளிவந்ததும், "குருவினிடமிருந்து சிஷ்யனுக்கா, சிஷ்யனிடமிருந்து குருவுக்கா?" என்று கேட்டுக் கையெழுத்திட்டு அவரிடம் ஒரு பிரதியைக் கொடுத்தேன். அந்தப் பக்கத்தைக் கிழித்தெறிந்துவிட்டுப் புத்தகத்தை வைத்துக்கொண்டார்.

'சூறாவளி' என்று என் முதற் பத்திரிகைக்குப் பெயர் வைத்தது அவர்தான். 'மணிக்கொடி' நின்றுபோன பிறகு அவருக்கு எழுத ஒரு பத்திரிகை வேண்டும் என்கிற காரணத்துக்

காகவே பத்திரிகை உலகுக்குப் புதியவனான நான் ஆரம்பித்த பத்திரிகை அது. 'தினமணி'யில் முழுநேர எழுத்தாளராக அவர் 35, 40 சம்பளம் வாங்கிக்கொண்டிருந்தார். 'சூறாவளி'யில் அந்தியச் செய்திகள் வாரா வாரம் எழுத அவருக்கு நான் 50 ரூபாய் மாதத்துக்குத் தந்தேன். ஆனால் ஆறே மாதங்கள் தான் தரமுடிந்தது.

தஞ்சாவூரில் நான் அய்யன் குளத்துக்கு எதிர் வீட்டில் மேலவீதியில் குடியிருந்தபோது, திருநெல்வேலி போத்திக்கடை அல்வா என்று சொல்லி அரை வீசை அல்வா வாங்கி வந்தி ருந்தார். நான் அவருக்கு அம்பி அய்யர் கடை அல்வா வாங்கித்தந்தேன். பருப்பும் சோறும்தான் தனக்கு அவசியம் என்று உரிமையுடன் கேட்டு வாங்கிச் சாப்பிட்டார்.

அவர் மிகச் சுத்த சைவம். ஓர் இரவு அகாலத்தில் வேறு ஒரு ஹோட்டலும் திறந்தில்லாததால் நண்பர் ஸ்ரீனிவாஸ ராகவனும், அவரும், நானும் ஓர் அசைவ ஹோட்டலுக்குள் போனோம். சொ.வி.யும் எதுவும் சாப்பிடவில்லை; என்னையும் சாப்பிட விடவில்லை; ஸ்ரீனிவாஸராகவன் மட்டும் ஏதோ சாப்பிட்டார் என்று நினைவு.

பின்னர் நான் 'சந்திரோதயம்' நடத்தும்போது அவரிடம் அவர் ஒவ்வொரு இதழிலும் எழுதி வரவேண்டும் என்று வேண்டிக் கொண்டேன். ஆழமாக அஸ்திவாரம் போட்டு 'கபாடபுரம்' என்கிற கதையை எழுத ஆரம்பித்தார். இரண்டு இதழ்கள் வந்தன. மூன்றாவது இதழுக்குப் போய்க் கேட்ட போது, "நீயே முடித்துவிடேன் ராசா" என்றார். மிகவும் தாஜா பண்ணிச் சுருக்கமாக அதன் முடிவுப் பகுதியை வாங்கி வரவேண்டியதாக இருந்தது. 'கபாடபுரம்'தான் அவர் எழுதிய கடைசிக் கதை என்று நினைவு. அதற்குப் பிறகு இரண்டு மூன்று ஆண்டுகளை அவர் சினிமா நோக்கிலே கழித்துவிட்டார். அந்தக் காலகட்டத்தில் நான் சிதம்பரம் போய்விட்டேன்; அவர் புனா, பின்னர் நோய்வாய்ப்பட்ட பிறகு திருவனந்தபுரம், என்று போய்விட்டார்.

'கலாமோஹினி' என்கிற பத்திரிகை அவருடைய போட் டோவை அட்டைப் படமாகப் போடக் கேட்ட போது அவர் தனது மார்புக்கூடு எக்ஸ்ரே போட்டோவை அனுப் பட்டுமா என்று எழுதிக் கேட்டது நினைவிருக்கிறது. 'கலா மோஹினி'யில்தான் கவிஞர் வே. கந்தசாமிப்பிள்ளையாகப் புதுமைப்பித்தன் தன் புதுக்கவிதை (கருத்தில் புதுமை; உருவத்தில் சித்தர் மரபு) முயற்சிகளைச் செய்ய ஆரம்பித்தார். முருகனை உன் துருப்பிடித்த வேலைத் தூர எறி என்றும், மளிகைக்

க.நா. சுப்ரமண்யம்

கடைக்காரரை உன் பெட்டியடி சுவர்க்கத்தில் போய்ச் சேர்ந்து விடு என்றும், கார்மென்மிராண்டாக் கல்ச்சர்க்கிசைந்து வாழும் சென்னைக் காலேஜ் கன்னிப் பெண்களைப் பற்றியும், செல்லும் வழி இருட்டு என்றும் பாடினார். பச்சையான செக்ஸ் நாவல் கள் (போர்னோகிராபி) படிப்பதில் அவருக்குத் தனியான ஈடுபாடுண்டு. ஆனால் 'கட்டிலை விட்டிறங்காக் கதை' என்று அவர் எழுதிய கதை மூட்டைப் பூச்சிகளைப் பற்றித்தான்.

கடைசியாக ஒரு நினைவு. திருவனந்தபுரத்தில் இருந்து நண்பர் ரகுநாதன் சொ.வி.யின் கடைசி நாட்களில் அவருடன் கூட இருந்து உதவியவர். அவர்தான் – "மருந்துச் செலவுக்குக் கூட சிரமப்படுகிறது. பண உதவி தேவை" என்று எனக்கு ஒரு கார்டு எழுதி, அதை அடித்துவிட்டு, "இன்று புதுமைப் பித்தன் காலமானார்" என்று 1948இல் எனக்கு எழுதினார்.

('இலக்கியச் சாதனையாளாகள்' நூலிலிருந்து.)

புதுமையும் பித்தமும்

1

புதுமைப்பித்தன் கதைகள் எல்லாவற்றையும் ஒரே நூலாக வெளியிட்டுப் பார்க்கவேண்டும் என்கிற ஆசையில் வெளி வருகிற புஸ்தகம் இது. அவர் எழுதிய கதைகளில் மிகச் சிறந்தவையெல்லாம் இதில் அடங்கியிருக்கின்றன. தொண் ணூற்றுச் சொச்சம் கதைகளில் ஒரு முப்பதுக்கும் அதிகமாகவே சிறந்த கதைகளாகவும், இன்னும் 30 கதைகளுக்கு அதிகமாக நல்ல கதைகளாகவும், மற்றவை சாதாரண தரத்தில் அமைந் தவை என்றும் பொதுவாகச் சொல்லலாம். இந்தப் புத்தகத்தில் அடங்காமல் விட்டுப்போன புதுமைப்பித்தன் எழுதிய சிறுகதை கள் சில – ஒன்றிரண்டு இருக்கலாம். அதிகம் போனால் நாலைந்தும் இருக்கலாம் – அவை கிடைத்தால் அவற்றையும் மறுபதிப்பில் சேர்த்துக்கொள்வார்கள் பிரசுரகர்த்தாக்கள் என்று நாம் நம்பலாம்.

சிறுகதைகள் மட்டும் எழுதவில்லை புதுமைப்பித்தன். சில ஓரங்க நாடகங்கள், மற்றும் இலக்கியப் பொதுக்கட்டுரை கள், வேலூர் வெ. கந்தசாமிப்பிள்ளை என்ற புனைபெயரில் சில கவிதைகள், இவை தவிர பல மொழிபெயர்ப்புகள் (அநேக மாகச் சிறுகதைகள், 'பிரேத மனிதன்' என்கிற மேரி ஷெல்லியின் விஞ்ஞான நாவல், குப்ரினின் 'யாமா'வில் ஒரு பகுதி. இவற்றை மொழிபெயர்த்தார். அவருக்கு ஆங்கிலம் தவிர வேறு ஐரோப்பிய மொழிகள் தெரியாது என்பதனால் இவற்றையெல்லாம் ஆங்கில மொழி மூலம்தான் மொழிபெயர்த்தார்.) இவை தவிர 'ஃபாஸிஸ்ட் ஜடாமுனி' என்று முஸ்ஸாலோனி என்கிற இத்தாலிய சர்வாதிகாரியைப் பற்றி ஒரு ஜீவிய சரித்திரம், மற்றும் பல சந்தர்ப்பங்களில் பல அரசியல் கட்டுரைகள்

 க.நா. சுப்ரமண்யம்

('சூறாவளி'யில் இரண்டாவது உலகப்போர் வருமுன் வாரா வாரம் ஐந்து மாதங்களுக்கு மேல் எழுதிய 'அங்கே' என்கிற ஐரோப்பிய அரசியல் அரங்கக் கட்டுரைகள் குறிப்பிடத்தக்கன.) மற்றும் பல புது நூல்கள் பற்றித் 'தினமணி' மற்றும் சில பத்திரிகைகளில் அவ்வப்போது ஆணித்தரமான மதிப்புரைகள்! ரசமட்டம் என்ற பெயரில் கல்கி கண்டனக் கட்டுரைகள், ஷேக்ஸ்பியர் நாடகக் கதைகள் ('உலக அரங்கு' என்கிற பெயரில்), பல நண்பர்களுக்கு எழுதிய இலக்கியத்தரமான கடிதங்கள் முதலியவற்றை அவர் எழுதியிருக்கிறார்.

'மேன் ஆப் லெட்டர்ஸ்' என்று குறிப்பிடத்தக்க அளவில் அவர் பல துறைகளிலும் செயல்பட்டிருக்கிறார். கொஞ்ச காலம்தான் உயிர் வாழ்ந்தார். நாற்பத்தியிரண்டு வருஷங்களே உயிர் வாழ்ந்த அவர் இலக்கியத்தில் செயல்பட்ட காலம் பதினைந்தே ஆண்டுகள்தான் என்றாலும் அவர் எழுத்துக்கள் சாதனையிலும், விஸ்தீரணத்திலும், ஆழத்திலும் அதிகமானவை தான். உத்தியோக வாழ்க்கையில் பெரும் பகுதியும், தினசரிச் செய்திகளை மொழிபெயர்ப்பது, அதற்காக அந்த நாட்களில் பொதுவாகப் பலருக்கும் கிடைத்ததுபோல 30, 40 என்ற மாதச் சம்பளம், கிடைத்த தேதியில் பெறுவது – இதுதான் வாழ்க்கை முறையாக அவருக்கு அமைந்தது. காரைக்குடியில் 'ஊழிய'னில் சில காலம் சேவைக்குப் பிறகு சென்னை வந்து டி.எஸ். சொக்கலிங்கம் கோஷ்டியில் சேர்ந்து பல ஆண்டுகள் 'தினமணி'யிலும், சில ஆண்டுகள் 'தினசரி'யிலும் பணி செய்தார். கடைசி நாலைந்து ஆண்டுகளில் செய்திப் பத்திரிகை வேலையிலிருந்து விடுதலைபெற்று 'சோதனை' என்று இலக்கியத் திற்கு ஒரு பத்திரிகை நடத்த வேண்டுமென்றும், சினிமாவில் சேர்ந்து சாதனைகள் புரியவேண்டுமென்றும் கனவுகள் கண்டார். 'பர்வதகுமாரி புரொடக்‌ஷன்ஸ்' என்று அவரே சினிமா எடுப்பதாக ஆரம்பித்து சரிப்பட்டு வராமல், எம்.கே. தியாகராஜ பாகவதர் நடித்த கடைசிப் படமான 'ராஜமுக்தி'க்கு வசனம் எழுதினார். பத்திரிகை வேலையை விட அதிலும் அதிகமாகப் பணம் வந்ததாகத் தெரியவில்லை.

'ராஜமுக்தி' படத்திற்காகப் புனா போய்விட்டுத் திரும்பித் தமிழ்நாட்டுக்கு வந்தபோது, உடல்நிலை ஏற்கனவே மோச மானது மிகவும் கெட்டுவிட்டது. திருவனந்தபுரத்தில் அவர் கடைசி நாட்கள் ஆஸ்பத்திரியில் கழிந்தன. சிதம்பரம் என்ற ஒரு திருவனந்தபுரம் நண்பரும், சிதம்பர ரகுநாதனும் உடனிருந்து கடைசி வரை உதவியதாகத் தெரிகிறது. இடையில் ஜெமினி ஸ்டூடியோ வாசனுக்காக எழுதிய 'ஒளவையார்' சினிமா ஸ்கிரிப்ட் இலக்கியத்தரமாக அமைந்தும் ஏற்றுக்கொள்ளப் படாததைக் குறிப்பிட வேண்டும். சினிமாவில் அசாதாரணமானது,

மென்மையானது எதுவும் ஏற்றுக்கொள்ளப்பட முடியாது என்பது அன்று முதல் இன்றுவரை தொடருகிற ஒரு நிலைமை.

இப்படியெல்லாம் பார்க்கும்போது, தன் நாற்பத்தியிரண் டாவது வயதில், 1948இல் இறந்துவிட்ட சொ. விருத்தாசலம் என்பவர் – ஒல்லியான மனிதர், பற்களும், மார்பு எலும்புகளும் எண்ணி விடக்கூடிய அளவில் வெளியில் தெரியும். குழந்தைப் பிள்ளைத்தனமாக, காரணமில்லாமலேகூட கடகடவென்று சிரிக்கும் சுபாவம் படைத்த இந்த மனிதர் – முழுவாழ்வு வாழ்ந் தவர் என்றுதான் சொல்ல வேண்டும். ஆண்டுகள் கணக்கில் இல்லாவிட்டாலும், நிறைவில், சாதனைகளில், தெரிந்த நண்பர் கள் மனங்களில், அவரை வாசித்த வாசகர்கள் உள்ளங்களில், புரிந்து கொண்டவர்கள் நினைப்பில் பூரண வாழ்வு வாழ்ந்தவர் என்றே சொல்ல வேண்டும். (புதுமைப்பித்தன் செய்த காரியங் களில் ஒன்றை மேலே சொன்ன பட்டியலில் குறிப்பிட விட்டு விட்டேன். மூன்று ஆண்டுகள் பொறுப்பேற்று அவர் 'தினமணி' யில் ஆண்டு மலர்கள் தயாரித்தார். வளரும் தமிழ் இலக்கியத் திற்கு வழிகாட்டிய மலர்கள் அவை. அவையும் புதுமைப்பித்தன் சாதனைகளில் குறிப்பிடப்பட வேண்டியவை.)

நான் 1935 – 36இல் தமிழில் எழுதத் தொடங்கலாமா என்று தயங்கிக் கொண்டிருந்த காலத்தில் எனக்கு எழுதத் தெம்பு கொடுத்தது புதுமைப்பித்தனும், அவர் கதைகளும்தான் என்று சொல்வது மிகையே ஆகாது. தமிழில் நான் முதன்முதல் படித்த சிறுகதை வத்தலகுண்டு எஸ். ராமையா என்பவர் 'காந்தி' பத்திரிகையில் எழுதிய 'வார்ப்படம்' என்ற கதை. அப்போது வத்தலகுண்டு என்கிற கிராமம் தமிழ்நாட்டில் இருப்பது எனக்குத் தெரியாது. ராமையா என்பதும் தெலுங்குப் பெயரோ என்று எனக்குச் சந்தேகம். அந்தக் கதையைப் போல என்னாலும் தமிழில் எழுத இயலும் என்று தோன்றியது. இரண்டாவது படித்த கதை புதுமைப்பித்தனின் 'சிற்பியின் நரகம்' தான் என்று நினைக்கிறேன். ராமையாவின் 'மணிக் கொடி'யில் 1935இல் வெளிவந்தது. அதைப் போன்ற கதை உலகத்துச் சிறுகதைகளிலேயே வெகு சிலதான் தேடினாலும் கிடைக்கும் என்று எனக்குத் தோன்றியது. நான் ராமையாவைத் தேடிக்கொண்டு போய் டக்கர்ஸ் லேனில் 'மணிக்கொடி' ஆபீஸில் அவரைச் சந்தித்தபோது அவர் 'சிற்பியின் நரகம்' சிறுகதை வந்திருந்த 'மணிக்கொடி' இதழ் ஒன்றை எனக்குப் படிக்கத் தந்தார். கலையென்பது மத விஷயத்துக்கு ஆதாரமாக உபயோகப்பட வேண்டும் என்கிற மரபுக் கருத்தைக் கண்டித் தும், கண்டிக்காமலும், ஓரளவுக்கு இரண்டு சித்தாந்தங்களுமே சரி என்று சொல்லுகிற மாதிரியும் அமைந்திருந்தது கதை. மேலெழுந்தவாரியாகப் படிக்கும்போது மதத்துக்கு அனுசரணை

க.நா. சுப்ரமண்யம்

யாகக் கலை இருப்பது சரியல்ல என்று ஆசிரியர் சொல்வது போலவும் இருந்தது. இதை மறுத்து நான் ஒரு கதை எழுத வேண்டுமென்று எண்ணினேன். ஆனால் ஏழாண்டுகளுக்குப் பிறகுதான் ('தெய்வ ஜனனம்') 1942 இல் எழுத முடிந்தது. அதில் புதுமைப்பித்தனிலிருந்த பூரணத்துவம் வரவில்லை; த்வனியும் வரவில்லை என்பது எனக்குத் தெரிகிறது.

முதல் முதலாக நான் புதுமைப்பித்தனைச் சந்தித்தது எனக்கு நினைவிருக்கிறது. 1936இல் ஜனவரி மாதத்தில் ஒரு நாள் கடைசி வாரம் என்று நினைக்கிறேன் – பல்லும் பவிஷ்‍ மாக, திருநெல்வேலி ஜிப்பா (?) – அது திருநெல்வேலி ஜிப்பா தானா என்று எனக்கு நிச்சயமாகத் தெரியாது. இப்போது சிதம்பர ரகுநாதனும் அதேமாதிரி ஜிப்பா அணிவதை நான் பார்க்கிறேன் – கடகடவென்று கல்லை ஏதோ பித்தளைப் பாத்திரத்தில் உருட்டிவிட்டது போன்ற அடித்தொண்டை யிலிருந்து வந்த ஒரு சிரிப்பு. "உங்கள் கதை 'சிற்பியின் நரகம்' நன்றாக இருக்கிறது," என்று நான் சொன்னவுடன், "அப்படித் தான் இருக்கும் ராசாவே! என் கதைகள் எல்லாமே நன்றாகத் தான் இருக்கும்" என்று, அகங்காரமில்லாத ஒரு நிச்சயத்துடன் அவர் சொன்னது எனக்குப் பிடித்திருந்தது. என் கையில் காரல் சப்பக் என்கிற ஸெக்கோஸ்லோவேக்கிய நாவலாசிரியர் எழுதிய நாவல் இருந்தது. 'அப்சலூட் அட் லார்ஜ்' என்கிற நாவல் என்று எண்ணுகிறேன். 'நான் படித்துப் பார்க்கிறேன்' என்று என் அனுமதியைக் கேட்காமலே என் புஸ்தகத்தை எடுத்துக்கொண்டுவிட்ட அவருடைய நெருக்கமும் எனக்குப் பிடித்திருந்தது என்றுதான் சொல்லவேண்டும்.

அந்த முதல் சந்திப்புக்குப் பிறகு ஒரு நூறு தடவைகளாவது 'சொ.வி' யைச் சந்தித்திருப்பேன் என்று தோன்றுகிறது. சந்திப்பு கள் குறுகிய கால அளவிலும், சில சந்திப்புகள் மணிக்கணக் கான நேரமும், சில நாட்கள்கணக்கிலும் இருக்கும். இடையில் ஒரு மூன்று மாதங்கள் 222, அங்கப்ப நாயக்கன் தெருவில் நானும், அவரும், 'கி. ரா.' வும் ஒரே அறையில் வசித்தோம். வாசுதேவபுரத்தில் (திருவல்லிக்கேணி) அவர் குடியிருக்கும் போது இருபது, முப்பது நாட்கள் அவர் வீட்டிலே சாப்பிட்டுக் கொண்டு சென்னையில் தங்கி இருந்திருக்கிறேன். நடுவில் ஒரு தடவை தஞ்சாவூரில் நான் இருக்கும்போது இரண்டு, மூன்று தினங்கள் என் மேலவீதி வீட்டில் அவர் வந்து தங்கி யிருந்தார். அந்தச் சந்தர்ப்பம் அவர் திருவனந்தபுரம் போய் விட்டுச் சென்னை திரும்புகிற வழியில். சாப்பிடும்போது 'பருப்பும், சாதமும் போதும்,' என்று அவர் சொன்னது பற்றி என் மனைவி இன்னமும் ஆச்சரியப்பட்டுச் சொல்வதுண்டு. இடையில் ராமசாமி (மண்ணடித்) தெருவில், ராயப்பேட்டை

ஹைரோடில் என்று அவர் குடியிருந்த பல வீடுகளிலும் சென்று அவரைச் சந்தித்திருக்கிறேன். புரசைவாக்கம் ஹைரோடில் 45, 46இல் 'சந்திரோதயம்' நடந்துகொண்டிருந்தபோது பழைய 'மணிக்கொடி' பகைப்புலத்தை மீண்டும் கொண்டுவர முடியுமா என்று பார்ப்பதற்காக, புதுமைப்பித்தன், பி.எஸ்.ராமையா, பெரிய கிட்டப்பா, கணேச சாஸ்திரி, ராமரத்னம் முதலியவர் களைக் கூப்பிட்டு ஒரு விருந்திற்குப் பிறகு பேசிக்கொண்டிருந் தது ஞாபகமிருக்கிறது. இந்த விருந்திற்கு 'ஆர்யா'வும், கி.ரா.வும் வராதது ஒரு குறை என்று புதுமைப்பித்தன் சொன்னது நினைவிற்கு வருகிறது.

நான் கடைசியாக அவரைச் சந்தித்ததை நினைவுபடுத்திப் பார்த்துக்கொள்ள முயலுகிறேன். 'சந்திரோதயம்' பத்திரிகை நின்று போன பிறகு 1947இல் ராயப்பேட்டை ஹைரோடில் அவருடன் பேசிக்கொண்டு உட்கார்ந்திருக்கும்போது அவர் மனைவி கமலாம்பாள் ஊரிலில்லை. ஒய்.எம்.ஜ.ஏ. ரெஸ்டா ரண்டில் (சமீப காலத்தில்தான் அது ராயப்பேட்டை ஹைரோ டில் புதுக்கிளை திறந்திருந்தது என்று எண்ணுகிறேன்) காபி சாப்பிட்டுவிட்டுத் திரும்பி வீட்டுக்கு வந்து பேசிக் கொண்டிருந் தோம். தன் மனைவியை அழைத்துக்கொண்டு வர திருவனந்த புரத்திற்கு அன்று மாலை கிளம்பப் போவதாகச் சொல்லிக் கொண்டிருந்தார். அதற்குள் கமலாம்பாளே ஊரிலிருந்து வந்து விடவே நான் அரை மணி நேரம் இருந்துவிட்டு விடைபெற்றுக் கொண்டு போய்விட்டேன். அதற்குப் பிறகு இரண்டு வருஷத் திற்குள் அவர் இறந்துவிட்டார். புனேயிலிருந்து உடல்நலம் மோசமாகி அவர் திரும்பியதும், திருவனந்தபுரம் போனதும், நண்பர்கள் பி.வி.லோகநாதனும், சிதம்பர ரகுநாதனும் சொல்லி, எழுதித் தெரிந்துகொண்டதுதான்.

1936 முதல் 1947 வரையில் பழக்கம். சற்று நெருங்கிய பழக்கம் என்றுதான் சொல்ல வேண்டும். இலக்கிய நண்பர்கள் என்கிற அளவில் நெருங்கிப் பழகினோம் என்று சொல்லலாம். அப்போதைய தமிழ் எழுத்தாளர்கள் பலருடனும் எனக்கு ஏற்பட்ட பழக்கத்தைவிட அதிக நெருக்கமானதாகத்தான் புதுமைப்பித்தனுடன் நான் பழக நேர்ந்தது. இந்த அளவிற்கு நெருக்கமான பழக்கம் எனக்கு 1942க்குப் பிறகு மௌனியுடனும் ஏற்பட்டது. எங்கள் பேச்சு அனேகமாக படித்த நூல்களையும், எழுதிய விஷயங்களைப் பற்றியும்தான் இருக்கும். சக எழுத் தாளர்களைப் பற்றி அதிகமாகப் பேச்சோ, வம்போ வளர்த்ததாக ஞாபகமில்லை. எங்களிடையே இலக்கிய உலக வம்பு மட்டும் போதுமான அளவு இருக்கும். 1937 – 38இலேயே மௌனியை, 'சுவாரஸ்யமான மனிதர்; நீங்கள் சந்திக்க வேண்டும்', என்று அவர் சொன்னது நினைவிருக்கிறது.

                               க.நா. சுப்ரமண்யம்

புஸ்தகங்கள் படிப்பதில் எங்கள் இருவருக்கும் ஆர்வம் அதிகம். ஆனால், புதுமைப்பித்தன் படிக்கிற முறையே அலாதி யானது. நான் எந்தப் புஸ்தகத்தையும் வரிவிடாமல், ஒரே மூச்சில், ஆரம்ப முதல் இரவு எத்தனை நேரமானாலும் படித்து முடித்துவிட்டுத்தான் படுக்கப் போவேன். சொ.வி. எந்தப் புத்தகத்தையும் முழுதுமாகப் படித்ததாக எனக்கு நினை வில்லை. முதலில் கொஞ்சம், நடுவில் கொஞ்சம், கடைசியில் கொஞ்சம் என்று படித்துவிட்டு நூலின் விஷயத்தைப் பூரண மாகக் கிரஹித்துக்கொண்டுவிடுவார். எனக்கு எந்த நூலையும் முடிக்க நாலு மணி நேரமாவது ஆகும். அவர் ஒரு மணி நேரத்தில் படித்துவிடுவார். ஆனால் படித்த நூலைப் பற்றி அவர் என்னை விடவும் அதிகமாக விஷயத்தைச் சொல்லுவார் என்பதை நான் கவனித்திருக்கிறேன். இந்த மாதிரிப் படித்துப் புரிந்துகொள்வதற்கும் ஒரு தனி லாவகம், பழக்கம் தேவை என்று எனக்குத் தோன்றும்.

புதுமைப்பித்தன் எழுதுவதும் கனவேகம்தான். இரண்டு மூன்று நீளக்கதைகள் எழுதும்போது நான் கூட இருந்து பார்த்திருக்கிறேன். எழுத்து அவர் வேகத்துக்கு ஈடு கொடுக்க முடியாமல் படிப்பதற்குச் சிரமமாகத்தான் இருக்கும். அவர் எழுத்தில் நீளக்கோடு போட்டாரானால் 'த' என்று அர்த்தம். சின்னக்கோடு போட்டாரானால் 'க' என்று அர்த்தம். எழுதி யதைத் திருப்பிப் படிக்க மாட்டார். 'கடவுளும் கந்தசாமிப் பிள்ளையும்', 'காஞ்சனை', 'அன்று இரவு' போன்ற கதைகளை ஒரு மணி, ஒன்றரை மணி நேரத்தில் அவர் எழுதி முடித்து விடுவதை நான் பார்த்திருக்கிறேன். படித்துப் பார்க்கிறேன் என்று கேட்டால் தர மாட்டார். அவரும் திருப்பிப் படித்துப் பார்க்க மாட்டார். ஏதோ ஒரு இடத்தில், "என் கதையை முதலில் படிக்கும் வாசகன் நான்தான். அவசரமாக எழுதியத னால் எனக்கே அதில் பல விஷயங்கள் புதுமையாக இருக்கும்" என்று அவர் எழுதியிருக்கிறார். அவருக்கு மட்டுமல்ல, வாசகர் களுக்கும் பலதும் புதுமையாகவும், உன்னதமான கலையாகவும் இருந்தது என்பதுதான் விசேஷம்.

2

சங்க காலம் என்று தீர்மானமாகாத ஒரு காலத்தைச் சுட்டிக் காட்டுவது போல, மணிக்கொடிக் காலம் என்று சமீப காலத்திய முப்பதுகளில் சில ஆண்டுகளைக் குறிப்பிடுவது பரவலாக வழக்கமாகிவிட்டது. 'மணிக்கொடி' என்கிற பத்திரிகையின் பெயர் அது ஏற்படுத்திய பாதிப்பினாலும், சந்தர்ப்ப விசேஷத் தினாலும் ஒரு குறியீடாக ஏற்றுக்கொள்ளப்பட்ட வார்த்தையாகி

விட்டது. இன்று திரும்பிப் பார்க்கும்போது அதை ஏற்றுக் கொள்வது அப்படியொன்றும் தவறில்லை என்றுதான் சொல்ல வேண்டும். முப்பதுகளில் முழுக்க முழுக்கச் சிறுகதைப் பத்திரிகையாகப் பல நல்ல சிறுகதாசிரியர்களின் எழுத்துக் களைத் தாங்கி 'மணிக்கொடி' என்கிற பத்திரிகை, தொடர்ச்சி யாக இல்லாவிட்டாலும் விட்டு விட்டுச் செயல்பட்டது ஒரு ஐந்தாறு ஆண்டுகள்தான். தமிழ் இலக்கியத்தில் ஒரு புது அலையை உருவாக்க அது போதுமானதாக இருந்தது. குறிப்பிட்ட ஒரு சில சிறுகதாசிரியர்கள் அதில் எழுதினார்கள். அந்தக் காலத்தில் சிறுகதைகளையோ, நாவல்களையோ மற்றும் எந்த உரைநடை இலக்கியங்களையுமோ இலக்கியமாகக் கருதுவது பெரும்பாலாக வழக்கத்தில் வரவில்லை, அந்தக் காலத்தில் டாக்டர் பட்டங்களோ சாம்ராட் சக்ரவர்த்திப் பட்டங்களோ இருக்கவில்லை. சிலர் தொடர்ந்து 'மணிக்கொடி' யில் எழுதி விஷயம் தெரிந்த வாசகர்கள் சிலரிடையே பெரும்பெயர் பெற்றார்கள். இப்படி எழுதியவர்களில் ந. பிச்ச மூர்த்தி, கு.ப. ராஜகோபாலன், புதுமைப்பித்தன், மௌனி, இவர்களுடன், 'மணிக்கொடி' ஆசிரியர்களான பி.எஸ். ராமையா, கி.ரா. இருவரையும் சேர்த்துக்கொள்ள வேண்டும். தவிர, முன்னும், பின்னுமாக இன்னும் பலரும் எழுதினார்கள், சந்தர்ப்ப சமய விசேஷமாகவும், தமிழ் இலக்கியத்தில் உள்ள ஆர்வம் காரணமாகவும் இவர்கள் 'மணிக்கொடி'யின் பக்கங் களில் ஒன்று சேர்ந்தார்களே தவிர மற்றபடி வாழ்க்கை நோக்கங் களிலோ, போக்குகளிலோ இவர்களிடம் ஒற்றுமை ஒன்றும் கிடையாது. எனினும், பொதுவாகச் சுதந்திரத்தாகம் (அவ்வள வாக அரசியலில் வெளிப்படாதது), இலக்கிய வேகம் (ஆங்கிலப் படிப்பினால் பெரும் அளவுக்குத் தூண்டிவிடப்பட்டது), லக்ஷிய நோக்கங்கள் (வாழ்க்கையே லக்ஷியங்களுடன் வாழப்பட வேண்டும், சில லக்ஷியங்கள் கைகூடியும் வரலாம்) என்றெல் லாம் இவர்களுக்கு ஒரு ஆதார ஸ்ருதி அமைந்தது. பொதுவாக வாழ்க்கையில் பொருளாதாரக் கஷ்டங்களை அனுபவிக்கப் பிறந்தவர்கள் என்பதும் இவர்களைப் பற்றிச் சொல்லக்கூடிய அடிப்படை விஷயம். அவர்கள் ஒவ்வொருவரும் வெவ்வேறு பார்வைகளுடன், பல திறப்பட்ட செயல் திறன்களுடன், வித்தியாசப்பட்ட மண்ணில் பிறந்து வளர்ந்து பெரியவர் களானவர்கள்; சென்னை நகரில் குடியேறியவர்கள். இந்தக் கோஷ்டியினரின் சராசரி வயது முப்பது முதல் நாற்பது வரையில் – அதாவது, அந்தக் காலத்தில்.

சிவனைத் தமிழ் செய்வதற்கு நாயன்மார்கள் போல, சிறுகதையைத் தமிழ் செய்வதற்குப் பிறந்தவர்கள் போல இவர் கள் தோன்றினார்கள். இவர்களுடைய பார்வை வீச்சு சிறுகதை

களுக்கு அப்பாலும் சென்றது என்றாலும், தங்கள் சிறுகதை களையே மிகச் சிறப்பான சாதனைகளாகக் கருதியவர்கள் இவர்கள்.

தமிழிலக்கிய மறுமலர்ச்சியில் முதல் அலை நாவலில் தோன்றியது. 19ஆம் நூற்றாண்டில் வேதநாயகம் பிள்ளையும், ராஜம் அய்யரும், அ.மாதவையாவும் முதல் மூன்று தமிழ் நாவல்களைச் சிருஷ்டித்துத் தமிழுக்குப் புது உரம் தர முயன் றார்கள். இருபதாம் நூற்றாண்டின் ஆரம்பத்திலே தமிழ் நாவல் ஓரளவுக்குத் தேக்கம் கண்டுவிட்டது. ஆனால் சுப்ரமண்ய பாரதி மூலம் கவிதையிலும், வ.வே.சு. ஐயர் மூலம் இலக்கிய விமர்சனத்திலும், சிறுகதையிலும் உரம் பெற்றது. பாரதியார் தந்த தமிழ் வேகமும், வ.வே.சு. ஐயர் தந்த ஊக்கமும்தான் 'மணிக்கொடி' எழுத்தாளர்களுக்கு ஆதாரமாக அமைந்தன என்று சொல்ல வேண்டும். மரபுக் கவிதைகளிலும் ஜோதி ராமலிங்கம், கோபாலகிருஷ்ண பாரதியார் என்று தொடங்கிய மறுமலர்ச்சி சுப்ரமண்ய பாரதியில் உச்சக்கட்டத்தை எட்டியது. தமிழ் வசனத்திலும், கவிதையிலும், வசன கவிதையிலும் பாரதியாரின் புரட்சி மிக மிகச் சிறப்பானதாக, இன்று வரை தாக்கமுள்ளதாகச் செயல்படுவதை நாம் காண்கிறோம். ஆனால் சுப்ரமண்ய பாரதியாருடன் ஒப்பிடக்கூடிய கவிகள் ஒருவரும் அவருக்குப் பின் தமிழில் தோன்றவில்லை. ஆனால், எழுத்துக்கு அவர் தந்த வேகம் இன்னும் தொடர்கிறது.

சுப்ரமண்ய பாரதியாரின் சமகாலத்தவராகிய வ.வே.சு.ப்ர மண்ய ஐயர் ஆரம்பக் காலத்திலிருந்தே இலக்கியச் சிந்தனை களை வளர்த்து வந்தவர் என்றாலும் அரசியல் காரியங்களில் – அதுவும், முக்கியமாகப் புரட்சி வேலைகளில் – ஈடுபட்டிருந்த தால் அவரால் போதுமான அளவு ஆரம்பக் காலத்தில் இலக்கியச் சாதனை காட்ட இயலவில்லை. புதுவை வந்து பாரதியாரின் நேர்சந்தியும் ஏற்பட்ட பின், கட்டாய அரசியல் ஓய்வின் காரணமாகவும், இலக்கிய விமர்சனம், சிறுகதை என்கிற இரண்டு துறைகளிலும் ஈடுபாடும் சாதனையும் காட்டி னார். மிகவும் சிறப்பான சாதனைகள் அவை. பாரதியாரும் மாதவையாவும் கதைகள் எழுதினார்கள். சிறுகதைகள் என்று உருவம் தெரிந்து எழுதவில்லை. வ.வே.சு. ஐயர், சிறுகதை என்று உருவம் தெரிந்து ஐரோப்பிய இலக்கியத்தில், முக்கியமாக ஃப்ரெஞ்சு மொழி இலக்கியத்தில் தமக்கு இருந்த பரிச்சயத்தி னால் தமிழில் சிறுகதைகளை உருவாக்கிக் காட்டினார். வ.வே.சு. ஐயரின் 'மங்கையர்க்கரசியின் காதல்' என்கிற நூலில் உள்ள சிறுகதைகள் மணிக்கொடிக்காரர்களுக்கும், அவர் களுக்குப் பின்னர் வந்த தமிழ்ச் சிறுகதாசிரியர்களுக்கும் முன்மாதிரியாக அமைந்தன. வ.வே.சு. ஐயர் ஏற்படுத்திய

சிறுகதை அலை முப்பதுகளில் பலம் பெற்றது. இருபதாண்டு களுக்குப் பிறகு, ஐம்பதுகளில்தான் அவரது விமர்சனப் போக்குத் தமிழர்களிடையே உரம் பெற்றது; பயன் தந்தது என்று சொல்ல வேண்டும். முப்பதுகளில் சிறுகதைகள் எழுதியவர்கள் பலரும் – இதற்கு மௌனி ஒரு விதிவிலக்காக இருக்கலாம். அவர் பாரதியையோ, வ.வே.சு. ஐயரையோ தன் கதைகளை எழுதிய காலத்தில் படித்திருந்ததாகத் தெரியவில்லை – மற்ற எல்லோருமே வ.வே.சு. ஐயரின் 'குளத்தங்கரை அரசமரம்' என்கிற கதையைத் தங்களுக்கு ஆதர்சமான சிறுகதையாகக் கருதினார்கள் என்று தான் சொல்ல வேண்டும். இதைக் கு.ப.ரா.வும் புதுமைப்பித்தனும் குறிப்பிட்டே சொல்லியிருக்கிறார்கள்.

தமிழில் சிறுகதை அலை முப்பதுகளில் தோன்றியதற்குப் பல காரணங்கள் கண்டு சொல்லலாம். சுதந்திரத்தாகம் இலக்கியத் துறைகளில் படிந்து சிறுகதையாக உருப்பெற்றது என்று புதுமைப்பித்தன் ஓர் இடத்தில் குறிப்பிடுகிறார். ஆங்கில இலக்கியப் படிப்பு அதற்கு முந்திய இருபது முப்பது வருஷங் களில் தமிழர்களிடையே பரவி, தமிழர்களுக்கு இலக்கிய அளவில் பயன்தரத் தொடங்கியிருந்தது. தமிழ்நாட்டில் புது விதமான பத்திரிகைகள் தோன்றி பொழுது போக்குக்கும், அறிவு விருத்திக்கும் அஸ்திவாரம் போட்டுக்கொண்டிருந்தன. சில ஆசிரியர்கள் பொதுஜன விருப்பத்தைத் திருப்திப்படுத்துகிற அளவில் பல நல்ல, மற்றும் மட்டரகமான ஆங்கிலக் கதை களைத் தமிழ்ப்படுத்தித் தந்துகொண்டிருந்தார்கள். முப்பது, முப்பத்தைந்து வயதை எட்டியிருந்த ஒரு சில தமிழ் அன்பர் களுக்கு ஆங்கிலத்தில் உள்ளது போல பல இலக்கியத் துறை களிலும் செயலாற்றித் தமிழுக்குப் பெருமை சேர்க்க வேண்டும் என்கிற ஆவல் பரவலாக ஏற்பட்டது. மரபு வழி வந்த தமிழ் இலக்கியங்கள் பொது ஜனத்தையோ, ஆங்கிலம் படித்து ஆங்கில, ஐரோப்பிய இலக்கியம் அறிந்தவர்களையோ எட்டவில்லை. பண்டைத் தமிழிலக்கியம் பண்டிதர்களின் சொத்தாகவே இருந்தது. இதோடெல்லாம் பாரதியாரும், வ.வே.சு. ஐயரும் தந்த வேகமும் சேர்ந்துகொண்டது. இதெல்லாம் காரணமாகவே ஆங்கிலம் மூலம் உலக இலக்கியம் படித்து, இலக்கிய ஆர்வத்தினால் தூண்டப்பட்டவர்களாக 'ஒன்றுக்கும் உதவாத வர்களாகப் போய்விட்ட' ஒரு கோஷ்டியினருக்கு இலக்கியம், இலக்கியச் சிருஷ்டி என்பது மன ஆறுதல் தருவதாக இருந்தது. குடும்பம், சுற்றத்தார், உறவினர்கள் எல்லோராலும் 'ஒன்றுக்கும் உதவாதவர்களாக'க் கருதப்பட்டவர்கள்தான் பிச்சமூர்த்தி, கு.ப. ரா, புதுமைப்பித்தன், மௌனி முதலியவர்கள்.

இப்படிச் சொல்லுகிறபோது ஏதோ இதில் ஒரு கேலி தொனிக்கிற மாதிரித் தோன்றினாலும், உண்மையில் இருந்த

க.நா. சுப்ரமண்யம்

நிலைமை இதுதான். 1900இல் பிறந்த பிச்சமூர்த்தி பி.ஏ. படித்து, 'பி.எல்'லும் பாஸ்செய்து சுதந்திரத்தாகம், லக்ஷிய வேகம், இலக்கிய மோகம் இவற்றினால் உந்தப்பட்டவராக, வக்கீலாகப் பொருளீட்ட முடியாதவரானார். கு.ப. ராஜகோபாலனும் பி.ஏ. படித்துவிட்டு, கொஞ்ச காலம் சொல்ப சம்பளத்தில் குமாஸ்தாவாக இருந்து, அந்த அடிமை வாழ்வு பிடிக்காமல், கண் உபத்திரவமும் சேரவே வேலையை உதறிவிட்டு, இலக்கி யத்தை நம்பிப் பிழைக்க முடியுமா என்று பார்க்க ஆரம்பித்தார். இருவரும் கும்பகோணத்துக்காரர்கள். கு.ப.ரா. சிறிது காலம் கஷ்டப்பட்டு நாற்பத்தியிரண்டாவது வயதில் இறந்து விட்டார். இன்னொரு கும்பகோணத்துக்காரரான மெளனி (இயற்பெயர், கல்லூரிப் பெயர் எஸ்.மணி) முந்திய இருவரும் செய்வதை நான் இவர்களையும்விட அதிகச் சிறப்புடன் செய்ய முடியும் என்று, அதைச் சவாலாக ஏற்றுக்கொண்டு எழுத ஆரம்பித்துப் பதினைந்து, இருபது சிறுகதைகள் மட்டும் எழுதிவிட்டு, மேலும் இலக்கிய உந்துதலோ பணம் தேடும் நோக்கமோ இல்லாததால் எழுதுவதை நிறுத்திவிட்டவர். மெளனியின் சூழ்நிலையிலும் ஏகப்பட்ட அதிருப்தி. அவரும் 'ஒன்றுக்கும் உதவாத' கோஷ் டியைச் சேர்ந்தவர்தான். ஒரு சகோதரர் 'ஐ.ஏ.ஏ.எஸ்' பரீட்சை கொடுத்து, தேறி, பெரிய உத்தியோகத்துக்குப் போய்விட்டார். இவரும் பரீட்சைக்குப் போனார்; தேறவில்லை, பி.ஏ. ஹானர்ஸ் என்று போனவருக்கு பி.ஏ. டிகிரிக்குத்தான், கணக்கில், சிபாரிசு கிடைத்தது. பலவிதமான, பணக்கார மைனர் மற்றும் மேஜர் நடவடிக்கைகளினாலும் அவருடைய தகப்பனாரின் நிர்தாட் சண்யமான திட்டுகளுக்கும் விரோதத்துக்கும் பாத்திரமானவர். காஃப்காவின் தகப்பனார் 'கரப்பான்பூச்சி' என்று அவரை ஆத்திரமாகத் திட்டுவாராம். மெளனியின் தகப்பனாரின் வசவுகள் கிராமியமாக, துடைத்து விடக் கூடாதவையாக இருக்கும். எனக்குச் சிதம்பரத்தில் மில் வைத்திருந்த மெளனியின் தகப்பனார் சாமாவையரைத் தெரியும்.

இந்தக் கோஷ்டியுடன் அவர்களின் பின்புலம் தெரிந்தோ, தெரியாமலோ – தெரியாமல் என்றுதான் சொல்ல வேண்டும் – வந்து சேர்ந்துகொண்டவர் புதுமைப்பித்தன் என்கிற சொ. விருத்தாசலம். திருநெல்வேலிக்காரர். மற்றவர்களைப் போலவே இவரும் பி.ஏ. படித்தவர்தான். ஆனால், பி.ஏ. டிகிரியை அவர் வாங்கிக் கொண்டதாகத் தெரியவில்லை. பரிட்சை தேறிய பின் தகப்பனாருடன் சண்டையிட்டு வீட்டை விட்டு வெளியேறிவிட்டால் தேவையான ரூபாயைக் கொடுத்து டிகிரியை அவரால் வாங்க முடியாமல் போய்விட்டது என்று எண்ணுகிறேன். வீட்டில் இளைய தாயார். புதுசாகக் கல்யாண மான புது மனைவி. சொ.வி.க்கும், அவர் மனைவிக்கும்

உள்ள நியாயமான ஆசைகள்கூடத் தகப்பனாரின் கூரையின் கீழ்ப் பூர்த்தியாகச் சந்தர்ப்பம் ஏற்படாது என்ற நிலைமை வந்தவுடன் உத்தியோகம் தேடி முதலில் காரைக்குடிக்கும், பின்னர் சென்னைக்கும் அவர் மனைவி கமலாம்பாளுடன் வந்துவிட்டதாகத் தெரிகிறது. சற்றேறக்குறைய இருபதாண்டு கள் சென்னையில் வாழ்ந்தும் (வாழாமல் வாழ்ந்தும் என்று சொல்லலாமா?) திருநெல்வேலியின் பிடிப்பு அவரை விட்டு விலகிவிட்டதாகக் கடைசிவரையில் சொல்ல முடியாது. சிந்தனைகளிலும், பேச்சிலும், வார்த்தைகளிலும், செயல்களிலும் புதுமைப்பித்தன் கடைசிவரை திருநெல்வேலிக்காரராகவே தான் இருந்தார் என்பது என் நினைப்பு. இந்த விஷயத்தில் அவர் மற்ற மூவரிலிருந்தும் சற்று வித்தியாசப்பட்டவர் என்று சொல்லலாமா? உதாரணமாக, கு.ப. ராஜகோபாலன் தன் கடைசிக் காலம் வரையில் கும்பகோணத்திலேயே இருந்தார் – சென்னை தற்காலிக வாசம் போக, மற்றக் காலமெல்லாம். என்றாலும் அவரிடம் கும்பகோணத்தின் பிடிப்பு சற்றுக் குறைவு என்றுதான் சொல்லவேண்டும். வீட்டில் தெலுங்கு பேசுபவர். எப்பொழுதோ வந்து தமிழ்நாட்டில் குடியேறிவிட்ட தெலுங்குப் பரம்பரையில் வந்தவர். அதனாலேயே அவருக்கு ஒரு 'காஸ்மாபாலிடன்', கும்பகோணத்துக்கு அப்பாற்பட்ட பார்வையும் இருந்தது என்று சொல்லலாமா? இதெல்லாம் ஆழ்ந்து யோசித்துப் பார்க்க வேண்டிய விஷயங்கள். தெரிந்து கொள்ள முடியுமானால் தெரிந்துகொள்ள வேண்டிய விஷயங் கள். இவையெல்லாம் பற்றி நமக்கு முன்னோடியான ஆராய்ச் சிப் புத்தகங்கள் கிடைப்பதில்லை.

பிச்சமூர்த்தியின் தகப்பனாரும் ஒரு நாடகக் கலைஞர். அதேபோல புதுமைப்பித்தனின் தகப்பனாரும் – அவரே சொல்லிக் கொண்டபடியும், சொ.வி.யே சில சமயம் கேலியாகச் சொன்னது போலவும் – ஒரு எழுத்தாளர்தான். தாசில்தாராக அவர் சர்க்கார் உத்தியோகம் பார்த்துக்கொண்டு குறும்பர், இருளர் என்கிற பின்தங்கிய மக்கள் பற்றி ஆராய்ந்து, அவர்கள் பழக்க வழக்கங்கள், நம்பிக்கைகள் பற்றிப் பல தகவல்கள் சேர்த்து லண்டனில் 'ஹூஸாக்' கம்பெனி பிரசுரமாக மூன்று பாகங்களில் ஒரு நீளமான நூல் எழுதியிருக்கிறார். நன்றாகவே எழுதப்பட்ட நூல்; நான் அதைப் படித்துப் பார்த்திருக்கிறேன். எழுதுகிற போக்கும், அறிவும் 'சொ.வி.'க்கு அவருடைய தகப் பனாரிடமிருந்து பிதுரார்ஜிதமாக வந்ததுதான் என்று சொல்வ தில் எதுவும் தவறிருக்க முடியாது. பிதுரார்ஜிதமாக, மற்றத் தன் சம்பாத்யமான சொத்துக்களைத் தன் இந்தப் பிள்ளைக்குத் தரமாட்டேன் என்று கடைசிவரை சொல்லி, தான் இறந்த பிறகு அவருக்கு உரிய பகுதி கிடைக்க ஏற்பாடு செய்திருந்தார்

க.நா. சுப்ரமண்யம்

தகப்பனார் என்று கேள்வி. அந்தச் சொத்து முன்னாலேயே கிடைத்திருந்தால், முன்னாலேயே செலவுசெய்துவிட்டிருப்பார் சொ.வி. அவர் கடைசிக் காலத்தில், நூற்பது வயதில் சொத்து கிட்டியபோது அதைப் 'பர்வதகுமாரி புரொடக்ஷன்ஸ்' என்கிற அவருடைய சினிமா கம்பெனிக்குச் செலவிட்டார் என்றும் கேள்வி. நான் அச்சமயம் சிதம்பரத்தில் இருந்தேன். சொ.வி. உடன் இருந்து அதைப் பார்க்கவில்லை. நான் மீண்டும் அவரைச் சந்திப்பதற்குள் கிடைத்த பொருள் கரைந்துவிட்டது என்று எண்ணுகிறேன்.

எழுதும் திறம் அவருக்குப் பிதுரார்ஜிதமாக வந்தது என்று சொன்னாலும், அவருடைய இலக்கிய அறிவும் மேதைமையும் எப்படி ஏற்பட்டன என்பதை நிர்ணயிக்கப் போதுமான அளவில் அவர் இளம்பருவத்துத் தகவல்கள் கிடைக்கவில்லை. என்னென்ன நூல்கள் படித்தார் என்பதோ, எந்த மாதிரியான நண்பர்களைத் தேடிக்கொண்டு அவர் போனார் என்பதோ போதுமான அளவில் தெரியவில்லை. அவர் காலேஜ் லெக்சரர் ஒருவரைப் பற்றி அவர் பின்னால் ஜோக் அடிப்பதைக் கேட்டி ருக்கிறேன். பொன்னுசாமிப் பிள்ளையும் முஸ்ஸ்லோனி மாதிரி ஒரு டிக்டேடர்தான். முஸ்ஸலோனி இத்தாலிக்கு டிக்டேடர். "பொன்னுசாமிப் பிள்ளை ஈஸ் ஏ டிக்டேட்டர் ஆப் நோட்ஸ்" என்று சொல்லுவார். இந்த பொன்னுசாமிப் பிள்ளையை நான் 1957, 58இல், நாகர்கோயிலில் சந்தித்திருக்கிறேன். அவர் மூலமாகத் தெரிந்துகொண்ட சில சிறு தகவல்களைத் தவிர வேறு ஒன்றும் சொல்ல இயலாது.

1925 இலிருந்து 35 வரையில் தமிழ்நாட்டில் கல்லூரியில் ஆங்கிலம் படித்த மாணவர்களுக்கு ஆங்கில இலக்கியத்தில் ஷெல்லி, கீட்ஸ், டென்னிஸன், டிக்கன்ஸ், ஜேன் ஆஸ்டின், ஜார்ஜ் எலியட், ஸர் வால்டர் ஸ்காட், ஹாஸ்லிட், லாம்ப், ஜான்ஸன், அடிஸன், ஸ்டீல், தாமஸ் ஹார்டி, ஜார்ஜ் மெரிடித், ஆர்.எல். ஸ்டீவென்ஸன் போன்ற ஆசிரியர்கள் தெரியும். மற்றும் எட்கர் ஆலன் போ, நெத்தேனியல் ஹாதார்ன், வாஷிங்டன் இர்வின், எமெர்ஸன் முதலியவர்களையும் தெரியும். கல்லூரிக்கு அப்பால் படிப்பது ஜி. டபிள்யூ. எம். ரெய்னால்ட்ஸ், மிஸஸ். ஹென்றி வுட், மேரி கோர்ரலி போன்ற நாவலாசிரியர்கள். சொ.வி. யும் தன் கல்லூரி நாட்களில் இவைகளெல்லாம் படித்துத்தான் இருக்க வேண்டும். விக்டர் ஹீயூகோவும் கை.டி. மாப்பஸானும், ஆண்டன் செக்கோவும், டாஸ்தாவ்ஸ்க் யும், டர்கனீவும் ஆங்கிலக் கல்லூரிப் படிப்பில் வராதவர்கள். ஆனால், இவர்களையும் படிப்பில் ஆர்வமிருந்த அந்தக்கால மாணவ மாணவியர் படித்திருக்கக்கூடும். சொ.வி. யினுடைய இளவயது நண்பர்கள் யாராவது அவர் என்னென்ன படித்தார்,

தங்களுடன் என்னென்ன விஷயங்களைப்பற்றி விவாதித்தார் என்று எங்காவது எழுதி வைத்திருந்தால் உபயோகமாக இருக்கும். அப்படி எதுவும் குறிப்புகள் எழுதி வைத்திருப்பதாகத் தெரிய வில்லை. இனிமேல், இந்த மாதிரியான விஷயங்கள் பற்றித் தகவல் கிடைக்குமென்று எதிர்பார்க்க முடியாது.

காரைக்குடியில் 'ஊழியன்' பத்திரிகையில் உழைத்து, பத்திரிகைத் தொழிலை சொ.வி, கற்றுக்கொண்டதாகத் தெரிகிறது. பத்திரிகைத் தொழிலில் சிரமங்கள் பல உண்டு என்றாலும் ஓரளவுக்கு உலக நடப்பைச் சரிவர அறிந்துகொள்ள அது உதவுகிறது என்றுதான் சொல்லவேண்டும். பலதரப்பட்ட விஷயங்களையும் பற்றி சுப்ரமண்ய பாரதியார் பரவலாக எழுதியதற்குக் காரணம் அவர் பத்திரிகையாளராக இருந்தது தான். இதேமாதிரி ஆரம்பக் காலப் பத்திரிகைத் தொழில் அனுபவம் சொ.வி.க்கும் உதவியிருக்க வேண்டும். அந்தக் காலத்தில் பிரபலமாகிக்கொண்டிருந்த பொழுதுபோக்குப் பத்திரிகையான 'ஆனந்த விகட'னிலும் அவர் ஏதோ எழுதி வெளியிட்டிருப்பதாகத் தெரிகிறது. சிறுகதைகள் எழுதுவது என்பதும், அரசியல், நாட்டு நடப்பு விஷயங்கள் பற்றிக் குறிப்புகள் எழுதுவதுபோலப் பத்திரிகைகளில் இன்றியமையாத விஷயம். பல மோபாஸான் கதைகளைப் புதுமைப்பித்தன் தழுவி 'ஊழிய'னில் எழுதி வெளியிட்டிருப்பதாகத் தெரிகிறது. இந்தத் தழுவல் பழக்கம் அவரைக் கடைசிவரை விடவில்லை என்றும் சொல்லலாம். தழுவலை ஒரு இலக்கிய முறையாகவே, ஒரு வெற்றிகரமான பத்திரிகைக் கோஷ்டி அப்பொழுது கைக்கொண்டிருந்தது. (கல்கி, துமிலன், தேவன், நாலி). சொல்லி யும், சொல்லாமலும், பல நல்ல கதைகளையும், மட்டமான கதைகளையும் தழுவல் செய்து தங்கள் பெயரில் போட்டுக் கொள்வது என்பது தமிழ்நாட்டில் ஒரு சாதாரணமான பழக்க மாக இருந்தது. ஒரு சிலர் மூல ஆசிரியர்களின் பெயர்களைச் சொன்னார்கள். பலர் மூல ஆசிரியர்களின் பெயர்களைச் சொல்லாமலே, எல்லாம் தங்கள் சொந்தக் கற்பனையே போலப் பாசாங்கு பண்ணிப் புகழ் சம்பாதித்துக்கொண்டிருந்தார்கள். புதுமைப்பித்தன் பிற்காலத்தில் தழுவல்காரர்களையும், தழுவல் கட்சியையும் வன்மையாகக் கண்டித்தாலும்கூட அவசியம் நேர்ந்தபோது; தன் சொந்தக் கற்பனை ஓடாத சில சமயங்களில் சில கதைகளைப் பெயர் சொல்லாமலும்கூடத் தழுவி எழுதிய துண்டு. ஆனால், தழுவல்காரர்களின் கற்பனை வறட்சியைப் போலப் புதுமைப்பித்தனுக்குக் கற்பனை வறட்சி இல்லை என்பது நிதர்சனமாகத் தெரிகிற ஒரு காரியம். கதை சொல்லும் மென்மையும், சொந்தக் கற்பனை ஆட்சியும் புதுமைப்பித்த னுக்குக் கைவந்திருப்பது போலத் தமிழில், இந்த ஒரு நூறாண்டில்,

வேறு ஒருவருக்கும் இருந்ததில்லை என்று சந்தேகத்திற்கிட மில்லாமல் நிரூபிக்கப்பட்டுவிட்ட விஷயம். இந்தத் தொகுப்பில் உள்ள கதைகள் எல்லாமே அவர் கற்பனைத் திறனுக்கும், கதை சொல்லும் மேன்மைக்கும் சான்றுகள். ஆகையினால், அவர் செய்த சில தழுவல்களைச் சுட்டிக்காட்டி அவரும், தழுவல்களால் மட்டும் பெயர்பெற்ற மற்றவர்களும் ஒன்றுதான் என்று சொல்லுகிற ஒரு கூட்டம் சமீபகாலத்தில் ஏற்பட்டிருப்பது மிகவும் வருந்தத்தக்க விஷயம். இந்தக் கூச்சல், விமர்சனமல்ல. இதற்கு அர்த்தம் எதுவும் இருப்பதாகத் தெரியவில்லை. தழுவல் தவிர வேறு எந்தவிதமான எழுத்தும் இல்லாதவர்களையும், புதுமைப்பித்தனையும் சமமாகக் காட்டுவது 'விஷமமான' ஒரு முயற்சி.

ஆங்கில அறிவு தந்த இலக்கியப் பரிச்சயத்துடன் சொ. விருத்தாசலத்திற்குத் திருநெல்வேலிக்காரர் என்பதனால் (தஞ்சாவூர் ஜில்லாக்காரர்களுக்கு, அதுவும் முக்கியமாகப் பிராம்மணர்களுக்கு, இல்லாத) ஒரு தமிழ் மரபு அறிவு ஏற்பட்டி ருந்தது என்பது தெரிகிறது. சொ.வி. விஷயத்தில் இது அதிகமாகச் சைவச்சார்பு பெற்றது என்பது வெளிப்படை. நான் அவரைச் சந்தித்த காலத்தில் அவர் சித்தர் பாடல்கள் – முக்கியமாகச் சிவவாக்கியர் – மற்றும், கம்பராமாயணம் – முக்கியமாக யுத்த காண்டம், – மற்றும், கலிங்கத்துப்பரணி, திருமந்திரம் என்று பேசிக்கொண்டிருப்பார். என்னைச் சில சமயங்களில் யுத்த காண்டத்திலுள்ள பாடல்களைப் படிக்கச் சொல்லுவார். எனக்கு அப்போதெல்லாம் தமிழில் அவ்வளவாகப் பரிச்சயம் கிடையாது. சந்தி பிரித்து யுத்த காண்டத்துப் பாடல்களைப் படிக்க நான் சிரமப்படுவது கண்டு என்னைக் கேலி செய்வார். ஆனால், ஒருபோதும் சந்தி பிரித்துச் சொல்லித் தரமாட்டார். அதற்கு அவருக்குப் பொறுமை கிடையாது. நானாகச சந்திப் புதிரை விடுவிக்கவில்லை என்றால், "போதும் படித்தது. மூடி விடு புஸ்தகத்தை" என்பார்.

தமிழில் இருந்தது போலவே அவருக்கு, பேச்சிலும் எழுத்தி லும், சமஸ்கிருத வார்த்தைகள் பிரயோக விஷயத்திலும் ஒரு சாதுரியம் இருந்தது கண்டு நான் ஆச்சரியப்பட்டிருக்கிறேன். இதுவும் திருநெல்வேலிக்காரர்களின் தினசரி வாழ்க்கை மரபி லிருந்து வந்ததுதான் என்று எண்ணுகிறேன். தமிழில் எழுதுகிற வேகமோ, கல்வியறிவோ, போதுமானது இல்லாத காலத்தில் நான் 'ஆட்சேபம்' என்று எழுதுவதா, 'ஆட்சேபனை' என்று எழுதுவதா என்று சந்தேகப்பட்டுக் கொண்டிருக்கின்ற பொழுது, இந்த மாதிரியெல்லாம் சந்தேகம் இல்லாதவராக அவர் இருந்தது எனக்கு அதிசயமாகவே தோன்றிற்று. இதே மாதிரியான

ஒரு லாவகத்தை அவர் ஆங்கிலத்திலிருந்து தமிழ்ப்படுத்துவதி லும் காட்டியதாக அவருடைய சக பத்திரிகையாளர்கள் ('தினசரி', 'தினமணி') எனக்குச் சொன்னதுண்டு. சில சமயம் பெருமையாகவும் சொல்லுவார்கள். சில சமயம் சொ.வி.யைக் கேலி செய்கிற மாதிரியும் சொல்லுவார்கள்.

நான் அவரோடு பழகிய காலத்தில் அவர் படித்த நூல்கள் சில எனக்கு நினைவுக்கு வருகின்றன. நாவல், சிறுகதைகள் இவை பற்றி மட்டும் சொல்லுகிறேன். முதல் தடவை அவரை, 'மணிக்கொடி' காரியாலயத்தில் சந்தித்தபோது என் கையிலிருந்த 'அப்ஸல்யூட் அட் லார்ஜ்' என்கிற காரல் சப்பக் நாவலைப் 'படித்து விட்டுத் திருப்பித் தருகிறேன்' என்று வாங்கிப் போனார். அவரிடம் போன என் புஸ்தகங்கள் எதுவும் என்னிடம் திரும்பி வந்ததில்லை. அந்தக் காலத்தில் புஸ்தகங்களை, புதுசா னாலும், பழசானாலும் அதிக விலை கொடுக்காமல் வாங்க முடியும். என் தகப்பனார் தயவில் நான் ஒரே நூலை இரண்டு பிரதியாக வாங்குவதற்கும் சக்தி படைத்தவனாக இருந்தேன். கொடுத்த புஸ்தகங்களைத் திருப்பி வாங்கிக்கொள்ள வேண்டு மென்று அந்தக் காலத்தில் நான் அதிகமாகக் கவலைப்பட்ட தில்லை அதுவும் சொ.விக்குக் கொடுப்பதில் திருப்திதான்.

ஸ்டீபன் ஸ்வெய்க் (*Stephen Zwteig*), அர்னால்ட் ஸ்வெய்க் (*Arnold Zweig*) இரண்டு ஜெர்மன் நாவல், சிறுகதை ஆசிரியர் களை எனக்கு அறிமுகம் செய்து வைத்தவர் புதுமைப்பித்தன் தான். அதே போல வில்லியம் ஸராயனின் 'த டாரிங் எங் மேன் ஆன் த பிளையிங் டிரப்பீஸ்' என்கிற கதைத்தொகுப்பு வெளிவந்ததும் அதை வாங்கிப் படித்துவிட்டு, என்னையும் வாங்கிப் படி என்று அவர் உற்சாக மூட்டியது எனக்கு நினைவிருக்கிறது. டி.எஃப். போவிஸ் என்பவர் எழுதிய 'பேபில்ஸ்' என்கிற சிறுகதைத் தொகுப்பும், 'மிஸ்டர் வெஸ்டன்ஸ் குட் வைன்' என்ற நாவலும் அவர் விரும்பிப் படித்த நூல்கள் என்று சொல்லலாம், 'மிஸ்டர் வெஸ்டன்ஸ் குட் வைன்' என்ற நாவலின் தாக்கத்தில்தான் 'கடவுளும் கந்தசாமிப் பிள்ளையும்' எழுதப்பட்டது. ஆனால், இரண்டிற்கும் அமைப்பி லும், நோக்கிலும், கருத்திலும் எவ்வளவு வித்தியாசம் என்று இரண்டையும் படித்துப் பார்த்திருப்பவர்களுக்குத் தெரியும். சிறுகதை, நாவல் என்கிற வித்தியாசத்துடன், புதுமைப்பித்தனின் மேதாவிலாசத்தினால் போவிஸின் கிறிஸ்துவக் கடவுள் தென்னாடுடைய சிவனே ஆகிவிடுகிறார்! ஒரு புதிய தத்துவ தரிசனமே உதயமாகிவிடுகிறது புதுமைப்பித்தனின் கதையில். புதுமைப்பித்தனின் மரபுசால் கைவண்ணத்தை இந்தக் கதையில் முழுமையாகக் காண்கிறோம் என்று எனக்குத் தோன்றுகிறது. மரபோடு ஒட்டியே சில புதுமை, புரட்சிகளையும் செய்து

க.நா. சுப்ரமண்யம்

காட்டுகிறார் சொ.வி. போவிஸின் நாவலில் கிறிஸ்துவ மரபிற்கு அப்பாற்பட்ட விஷயம் எதுவும் இல்லை.

போவிஸ் சகோதரர்களில் இன்னொருவரான லெவலின் போவிஸ் என்பவர் எழுதிய 'எபனி அண்ட் ஐவரி' என்கிற சிறுகதைத் தொகுப்பையும் விரும்பிப் படித்தார் சொ.வி. என்று எனக்குத் தெரியும். புதுமைப்பித்தனுடையதைப் போலவே கசப்புக் கலந்த ஒரு சிரிப்பு லெவலின் போவிஸினுடையது. அந்தத் தொகுப்பில் ஒரு கதை எனக்கு நினைவுக்கு வருகிறது. அதைப் புதுமைப்பித்தனேகூட எழுதியிருக்கலாம் என்று எனக்குத் தோன்றும். புதுமைப்பித்தனின் 'பாவ'த்தை தத்ரூப மாகக் காட்டுகிற கதை அது. 'ஸ்பெரிக் லாஃப்டர்' (*Sphric Laughter*) என்பது கதையின் தலைப்பு. 'நக்ஷத்திரங்கள் சிரித்தன' என்றும் மொழிபெயர்க்கலாம். புயலில் அகப்பட்டுக்கொண்டு, வீடு திரும்ப அவஸ்தைப்பட்ட ஒரு கிராமத்து அழகியை, தெருவோடு போகிற ஒரு வாலிபன் காப்பாற்றி ஜாக்கிரதையாக வீட்டில் கொண்டு போய்ச் சேர்க்கிறான். முரட்டுக் கணவன் அந்தப் பெண்ணை, "அந்த வாலிபனுடன் ஏன் வந்தாய்?" என்று போட்டு அடிக்கிறான். இதை வெளியிலிருந்து பார்த்துக் கொண்டிருந்த வாலிபன், "இவள் இப்படி, காரணமில்லாமலே சந்தேகத்தில் அடிபடுவாள் என்று தெரிந்திருந்தால் நான் சந்தர்ப்பத்தைப் பயன்படுத்திக்கொண்டிருந்திருக்கலாமே … நக்ஷத்திரங்கள் என்னைப் பார்த்து சிரிக்கின்றன" என்று மனம் வருந்துகிறான் என்று கதை. இது போல பல கதைகள், புதுமைப் பித்தனே எழுதியிருக்கக் கூடிய கதைகள் என்று சொல்லக் கூடியவை பல லெவனின் போவிஸின் 'எபனி அண்ட் ஐவரி' என்ற நூலில் காணக்கிடைக்கின்றன. இதுவும் பென்குயின் நூலாக வந்த தொகுப்புதான். ஒரு ஆசை அபூர்த்தி, விரக்தி, ஒரு சினிகல் நிர்தாட்சண்யம், தர்மம் என்று சொல்லப்படுவதின் லேசான மறுப்பு – இவை புதுமைப்பித்தனுக்கும், லெவனின் போவிஸிக்கும் பொதுவான விஷயங்கள். லெவனின் போவிஸி னால் புதுமைப்பித்தன் பாதிக்கப்பட்டார் என்றுகூடச் சொல்ல முடியாது. ஏனென்றால், சுபாவமாகவே புதுமைப்பித்தனுக்கு உள்ள பார்வையின் ஒரு பகுதியை இந்த ஆங்கில ஆசிரியரும் கொண்டிருந்தார் என்றுதான் சொல்லவேண்டும். இருவரும் வேறு வேறு உலகங்களைப் பற்றி எழுதினார்கள்.

ஆண்டன் செக்காவ், எட்கர் ஆலன் போ, கை.டி. மாப்ப ஸான் மூவரையுமே புதுமைப்பித்தன் நன்றாகப் படித்திருந் தார். அம்ப்ரோஸ் பெய்ர்ஸ், பிரேங் ஆர்ஸ்டாக்டன், பிரெட் ஹார்டே முதலியவர்களின் சிறுகதைகளைப் படித்து அவை பற்றிப் பல சந்தர்ப்பங்களில் நாங்கள் பேசியிருக்கிறோம். 'கிரேட் ஷார்ட் ஸ்டோரிஸ் ஆப் த வோர்ல்டு' என்கிற ஒரு

நூலும் (இலண்டன்), அதேபோல, அமெரிக்கப் பதிப்பான 'த வோர்ல்டு புக் ஆப் ஷார்ட் ஸ்டோரிஸ்' என்பதில் இருபது பாகங்களில் ஒரு மூன்று பாகங்களும் எங்களுக்கு மூர்மார்க் கெட்டில் மலிவு விலையில் கிடைத்தன. அவற்றில் பல ஸ்பானிய, இத்தாலிய, ஜெர்மன், டர்க்கிஷ், அரபிக் கதைகளைப் படித்து விவாதித்ததும் நினைவிற்கு வருகிறது. இரண்டாவது நூலின் மற்றப் பாகங்களும் கிடைக்குமோ என்று தேடித் துருவிப் பார்த்ததும் ஞாபகமிருக்கிறது. ஸ்லோகப், ஸ்செட்ரின் என்கிற ரஷ்ய ஆசிரியர்களின் உருவகக் கதைகள் பல இரண்டு தொகுதி களாகக் கிடைத்தன. இந்த மாதிரி 'பேபிள்ஸ்' எழுத வேண்டு மென்று சொ.வி. ஆசைப்பட்டதும் நினைவிருக்கிறது. ஆனால், அவர் எழுதவில்லை.

சொ.வி.க்கு மிகவும் பிடித்தமான ஆசிரியர்களில் தாம்ஸ் மான் என்கிற ஜெர்மன் ஆசிரியரும் ஒருவர். 'பட்டன் புரூக்ஸ்', 'மந்திர மலை' முதலிய நாவல்களுடன், 'ஸ்டோரிஸ் ஆப் திரி டிகேட்ஸ்' என்ற சிறுகதைகளையும் பற்றிப் பல நாட்கள் பேசியது நினைவிருக்கிறது. பஜாஸ்ஸோ என்ற ஒரு கோமாளி யின் கதை அவருக்கும் எனக்கும் மிகவும் பிடித்ததாக இருந்தது. ஒரு பிரதர் சிஸ்டர் இன்செஸ்ட் கதையையும் ரசித்தது நினை விற்கு வருகிறது. ஃபிரான்ஸ் காஃப்காவின் கதைகள் ஒரு தொகுப்பு வெளிவந்து கண்ணில் பட்டதும், மூர்மார்க்கெட் வி.ஸி. வெங்கடேசனிடம் இரண்டு பிரதிகள் வாங்கி ஒரு பிரதியைப் புதுமைப்பித்தனிடம் கொடுத்ததும் நினைவில் இருக்கிறது. காஃப்காவின் கதைகளைப் படித்தவுடன் பாராட் டியவர்களில் புதுமைப்பித்தனும் ஒருவர். அந்தக் காலத்தில், 39, 40இல் காஃப்காவின் பெயரோ, மேதைமையோ பரவலாகத் தெரிந்திருக்கவில்லை. ஜேம்ஸ் ஜாய்ஸின் 'டப்ளினர்ஸ்' (Dubliners), 'போர்ட்ரெய்ட்ஸ் ஆப் த ஆர்டிஸ்ட் அஸ் ஏ யங் மேன்' என்கிற இரண்டு நூல்களையும் இரண்டு மூன்று தடவைகளாவது படித்திருப்பார் புதுமைப்பித்தன் என்று எண்ணுகிறேன். ஜேம்ஸ் ஜாய்ஸின் 'உலிஸெஸ்' அப்போதுதான் சென்னையில் கிடைக்க ஆரம்பித்திருந்தது. மாடர்ன் லைப்ரரி ஜைன்ட் பதிப்பில் வாங்கிப் புதுமைப்பித்தன் படித்துக்கொண் டிருந்ததைப் பார்த்திருக்கிறேன்.

ஹான்ஸ் பாலெடா என்பவர் எழுதிய 'லிட்டில் மேன் வாட் நௌ' என்கிற நாவலைச் சொ.வி. பிரமாதமாகப் புகழ்ந்து கேட்டிருக்கிறேன். நானும் படித்து மகிழ்ந்த புஸ்தகம்தான் அது. அதேபோல அதே ஆசிரியரின் 'ஹி ஹூ ஹேஸ் ஈட்டன் அவுட் ஆப் த டின் பௌல்' என்கிற நாவலையும், பல சிறுகதைகளையும் பாராட்டி புதுமைப்பித்தன் கூறியதுண்டு. இந்த ஆசிரியர் ஜெர்மானியர். அடால்ப் ஹிட்லரின் நாஜிக்

    க.நா. சுப்ரமண்யம்

கட்சியை ஆதரித்தவர் என்பதற்காகக் கெட்ட பெயர் பெற்றவர். 1945க்குப் பிறகு இவர் பெயரை யாரும் சொல்லுவதில்லை. ஆனால் மிகவும் சக்தி வாய்ந்த கதாசிரியர். இவர் சிறுகதைகளில் ஒன்றைப் புதுமைப்பித்தன் தன் 'உலகத்துச் சிறந்த சிறுகதைகள்' தொகுப்பில் மொழிபெயர்த்திருக்கிறார். இதேபோல நட் ஹம்ஸன் என்கிற நார்வீஜிய நாவல், சிறுகதாசிரியரையும் படித்திருந்தார் புதுமைப்பித்தன். இவரும் நாஜி ஆதரவாளராக இருந்தவர்தான்.

ஆங்கில இலக்கியாசிரியர்களின் சிறுகதைகளைத் தாங்கி வந்த 'ஆர்கஸி' (Argosy) என்கிற மாதாந்திரப் பத்திரிகையில் பல ஆங்கில ஆசிரியர்களை மாதா மாதம் படிப்பது என்பது வழக்கம். இந்த 'ஆர்கஸி' இலக்கியத்தர நிர்ணய அளவில் மணிக்கொடிக்காரர்களுக்குப் பொதுவாக மிகவும் உபயோகப் பட்ட பத்திரிகை. அதிகமாக ஆங்கிலப் பழக்கம் இல்லாத ராமையாகூட 'ஆர்கஸி' பத்திரிகையைத்தான் தன் சிறுகதைப் பத்திரிகையான 'மணிக்கொடி'க்கு முன்மாதிரியாகச் சொல்லு வார். அடாஸ் ஹிக்ஸ்லே (Aldous Hixley), ஆர்னால்ட் பென்னட் (Arnold Bennett), ஹில்லைர் பெல்லாக் (Hilaire Belloc), ஈ.வி. லூகாஸ் (E.V. Lucas), ஏ.பி. ஹெர்பெர்ட் (A.P. Herbert), ஜேக்கப்ஸ் (W.W. Jacobs), ஏ.ஈ கப்பார்ட் (A.E. Coppard) போன்ற பல ஆசிரியர்களின் கதைகளைத் தனிக்கதைகளாகவும், தொகுப்பு களாகவும் படித்திருக்கிறோம். சொ.வி. க்கு பி.ஜி. வுட்ஹவுஸ், ஸ்டெபன் லீகாக் இருவரையும் அதிகம் பிடிக்காது. சூப்பர்பீஸியல் என்று அவர்களைப் பற்றி அவர் சொல்லுவார். மாறாக எட்கர் வாலஸ் நாவல்கள் பலவற்றை விரும்பிப் படித்திருக் கிறார். ஜே.பி. பிரிஸ்ட்லே என்பவர் எழுதிய நாவல்கள், நாடகங் களையும், காலம் பற்றி அவர் கருத்துக்களையும் எடுத்துச் சொல்லுவார். 1937 – 38 இல் வெளிவந்த லயனல் பிரிட்டன் என்பவர் எழுதிய 'லவ் அண்ட் ஹங்கர்' என்கிற பெரிய நாவலின் தலைப்பை மாத்திரம் பார்த்துவிட்டு தன் கதை ஒன்றிற்கு அந்தத் தலைப்பை மாற்றி அழகாக அமைத்து உபயோகித்துக்கொண்டார் – 'கவந்தனும் காமமும்' என்பது அவர் கதையின் தலைப்பு. மேரி ஷெல்லியின் 'பிராங்ஸ்டைன்' அவருக்கு மிகவும் பிடித்த நூல். அதைச் சுருக்கி தமிழில் 'பிரேதமனிதன்' என்று எழுதியிருக்கிறார். பிரேம் ஸ்டோக்கர் என்கிற அதிக இலக்கியத் தரமில்லாத ஆசிரியர் எழுதிய 'ட்ராகுலா' என்கிற திகில் நாவலைப் பல தடவைகள் படித்திருக் கிறார் என்று எனக்குத் தெரியும். 'ரத்தக் காட்டேரி' என்கிற விஷயத்தைப் பற்றி புதுமைப்பித்தன் ஒரு நிபுணத்வத்துடன் பேசுவார்! 'செவ்வாய் தோஷம்', 'காஞ்சனை' முதலிய கதைகளில் இந்த விஷயத்தைப் பயன்படுத்தியிருக்கிறார். 'ட்ராகுலா' முதல்

தடவையாக சினிமாப் படமாக சென்னைக்கு வந்தபோது பல தடவைகள் சொ.வி. போய்ப் பார்த்திருக்கிறார். மினர்வா தியேட்டரில் அது நடந்தபோது அவரும், நானும், கி.ரா.வும் போய்ப் பார்த்தோம். எனக்குப் படம் அவ்வளவாகப் பிடிக்க வில்லை. ஆனால், சொ.வி. உற்சாகமாக, அதை நாலாவது தடவை பார்ப்பதாகச் சொன்னது நினைவிருக்கிறது! இதே போல செரிடன் லிபானு என்பவருடைய திகில் கதைகளையும், அவை அப்போது நூலாகச் சென்னையில் கிடைக்காததால் 'ஆர்கஸி' பத்திரிகைகளில் வந்ததைச் சேர்த்து வைத்திருந்தார். திகில் என்கிற அம்சமிருந்தாலும் பிரேம் ஸ்டோக்கரிலோ, செரிடன் லிபானுவிலோ புதுமைப்பித்தனின் திகில் கதைகளில் கிடைக்கிற இலக்கிய அனுபவம் கிடைப்பதில்லை என்பதுதான் என் நினைப்பு. எட்கர் ஆலன் போவின் 'பிட் அண்ட் த பெண்டுலம்', 'லிஜியா', 'த ஃபால் ஆப் த ஹவுஸ் ஆப் உஷர்', 'காஸ்க் ஆப் த அம்மாண்டிலேடோ' என்கிற கதைகளில் புதுமைப்பித்தனின் திகில் கதைகளில் கிடைக்கிற இலக்கிய அனுபவம் கிடைக்கிறது என்று சொல்லலாம். கடைசிக் கதையைப் புதுமைப்பித்தனே தனது 'உலகத்துச் சிறுகதைக'ளில் மொழிபெயர்த்துச் சேர்த்திருக்கிறார்.

இந்தப் பட்டியலில், எனக்குத் தெரிந்து, புதுமைப்பித்தன் அந்தக் காலத்தில் படித்த நூல்கள் எல்லாம் அடங்கிவிட்ட தாகச் சொல்ல முடியாது. இன்னும் பல ஆசிரியர்கள், நூல்கள் சொல்லலாம். ஆனால், அவசியமில்லை என்று எண்ணுகிறேன். அவருடைய படிப்பு அதன் அளவில் விஸ்தாரமானது. படித் ததைச் சொந்தமாக்கிக்கொள்ளும் சக்தியும் அவருக்கு அதிகமாக இருந்தது என்று சொல்லலாம்.

தன்னோடு சமகாலத்தில் எழுதிய தமிழ் ஆசிரியர்கள் சிலரது சிறுகதைகள் பற்றியும் அவர் தனது கட்டுரைகளில் குறிப்பிட்டு இருக்கிறார். முக்கியமாக 'குளத்தங்கரை அரசமரம்', 'நக்ஷத்திரக் குழந்தைகள்', 'சிவசைலம்', 'எங்கிருந்தோ வந்தான்' – இப்படிப் பலவற்றைச் சொல்லியிருக்கிறார். மௌனியைப் பற்றிக் கடைசி வரையில் திடமான நல்ல அபிப்பிராயம் இருந்தது என்பது பலருக்கும் தெரியும். அவர் அபிப்பிராயத்தை மதித்துத்தான் நானே மௌனியைத் தேடிப் பிடித்துப் படிக்க ஆரம்பித்தேன். பின்னர் எழுதத் தொடங்கியவர்களில் சிதம்பர ரகுநாதன், கு. அழகிரிசாமி இவர்கள் 'பிரசண்ட விகட'னில் எழுதி வெளியிட்ட கதைகளை என்னிடம் தந்து, "படித்துப் பாரும் வேய்! – நம்ம பையன்கள்" என்று சொன்னார் என்பது நினைவில் இருக்கிறது. இது 1940 – 41இல் என்று எண்ணுகிறேன்.

என் சிறுகதைகளையும், அப்போது வெளிவந்திருந்த சில நாவல்களையும் பற்றியும், பொதுவாக என் எழுத்துக்களைப்

 க.நா. சுப்ரமண்யம்

பற்றியும் புதுமைப்பித்தன் என்ன அபிப்பிராயம் கொண்டிருந் தார் என்பது எனக்குத் தெரியாது. நான் கேட்டுக் கொண்ட தில்லை. 'முதற்சுடர்', 'ராகவன்' என்கிற என் கதைகளைத் 'தினமணி ஆண்டு மல'ரில் பிரசுரிக்கும்போது அவர் உற்சாக மாகப் பாராட்டினார் – அது வெறும் பதிப்பாசிரியர் தோரணை யாகவும், மணிக்கொடி 'முதல் அத்தியாய' விவகாரமாகவும் இருக்கலாம். நான் எழுதிய சிறுகதைகளில் 'வரவேற்பு' என்பதும், 'விதியும், மதிப்பும்' என்பதும் தனக்குப் பிடித்திருந்ததாக என்னிடம் ஒரு தரம் தானே சொன்னார். 'தினமணி ஆண்டு மலர்'களில் நான் எழுதிய 'இலக்கியச் சோலை', 'தமிழில் மறுமலர்ச்சி' என்கிற ஆரம்ப விமர்சனக் கட்டுரைகளைப் பாராட்டியதுடன், "இது மாதிரி நிறைய எழுதுங்களேன்" என்று சொன்னதும் ஞாபகம் இருக்கிறது. தாகூரைப் பற்றி நான் ஒரு நூல் எழுத ஒப்புக்கொண்டது பற்றி அவருக்குச் சம்மதமில்லை. அது வெளிவந்ததும் (Alliance) அதைத் தானே நேரடியாகக் கண்டனம் செய்யாமல் வேறு ஒரு பெயரில் மதிப்புரை எழுதினார். 'ஆண்டாள்' என்கிற பெயரில் 'தினமணி ஆண்டு மல'ருக்கு எழுதிக் கொடுத்த கவிதையை மிகவும் பாராட்டியதாக நினைவிருக்கிறது. 'அழகி' என்கிற என் முதல் சிறுகதைத் தொகுப்பு வெளிவந்ததும் ஒரு பிரதியில் "குருவினிட மிருந்து சிஷ்யனுக்கா? சிஷ்யனிடமிருந்து குருவுக்கா?" என்று எழுதிக் கையெழுத்திட்டுக் கொடுத்தேன். அந்தப் பகுதியைக் கிழித்தெறிந்துவிட்டு, "குரு – சிஷ்யன் என்றால் இருவரும் முட்டாள்கள் என்று அர்த்தம்" என்று வியாக்யானம் சொன்னது ஞாபகமிருக்கிறது.

சொ. விருத்தாசலம் என்கிற புதுமைப்பித்தன் இறந்து சற்றேறக்குறைய 40 ஆண்டுகள் ஆகிவிட்டன. அவரோடு சமகாலத்தில் ஓரளவு ஒப்பிட்டுச் சொல்லக் கூடிய இன்னொரு சிறுகதாசிரியரான கு.ப. ராஜகோபாலன் இறந்து நாற்பத்தி நாலு ஆண்டுகள் ஆகிவிட்டன. இந்த அரை நூற்றாண்டில் அவர்கள் தொடர்ந்து உயிர் வைத்துக்கொண்டு வாழ்ந்து கொண்டிருந்தால் என்ன செய்து கொண்டிருப்பார்கள் என்று யோசிக்கும்போது இலக்கியக்கர்த்தாக்கள், அதுவும், சொ.வி. போன்ற மேதைகள், கு.ப.ரா போன்ற இலக்கியத் திறன் உள்ளவர்கள் அதிக வயது இல்லாமல் இறந்துவிடுவதுதான் நல்லதோ என்று யோசிக்கத் தோன்றுகிறது. 'தெய்வத்துக்கு வேண்டியவர்கள் அல்பாயுசிலே போய்விடுவார்கள்' என்று ஆங்கிலத்தில் ஒரு பழமொழி சொல்கிறது. உலக நியாயம், 'நீண்ட ஆயுள் – அதிர்ஷ்டம்', என்று இருக்கலாம். ஆனால், 'உலக நியாயத்திற்கு அப்பால் தெய்வ நியாயம் என்று ஒன்று இருக்கிறதே' என்று யோசிக்கத்தான் வேண்டியிருக்கிறது.

பாரதியார்கூட முப்பத்தியொன்பது வயதில் காலமானதை ஒரு தெய்வ நியாயமாகத்தான் சொல்ல வேண்டும். அதற்கு முன் ராஜமய்யர் தனது இருபத்தியாறாவது வயதிலேயே காலமானவர். இலக்கியத்தில், திறமைக்கும், மேதைமைக்கும் வாழ்க்கையில் வெற்றி பெறுவதற்கும் சம்பந்தமே இல்லாமல் தான் இருக்கிறது. வாழ்க்கைப் போராட்டத்தில் ஈடுகொடுக்க முடிவதில்லை என்பதுடன் தமிழ்நாட்டின் சூழ்நிலை இலக்கியம், கலை என்கிற நினைப்புகள் இல்லாத, பண்பாடற்ற சூழ்நிலையாக இருக்கிறது என்பதனால், இவர்கள் இருந்து இன்னும் கஷ்டப்படாமல் போனது நல்லதுதானே என்று கேட்கத் தோன்றுகிறது. இப்படி நானும் போய்விட முடிய வில்லையே என்ற ஏக்கமும் எனக்கு உண்டு. இது ஒரு ஹார்ட்லெஸ் ஸ்டேட்மென்ட் என்று தோன்றினாலும்கூடத் தமிழர்கள் எந்த விதத்தில் புதுமைப்பித்தன் போன்ற மேதை களைப் படைக்கத் தகுதியுள்ளவர்களாகத் தங்களைக் காட்டிக் கொண்டிருக்கிறார்களா என்று கேட்பது நியாயமான கேள்வி என்றுதான் சொல்ல வேண்டும்.

3

இந்தப் பகுதியில் பொதுவாக இலக்கியத்தைப் பற்றியும், சிறப் பாகத் தமிழ்ச் சிறுகதை பற்றியும் புதுமைப்பித்தன் சொல்லிப் போயிருக்கிற சில விஷயங்களைப் பார்க்கலாம் என்று தோன்று கிறது. அவர் படைப்புகளில் ஆட்சி செலுத்திய கொள்கைகள், சித்தாந்தங்கள் முதலியவற்றையும், அவருக்கிருந்த இலக்கிய நோக்கம், வாழ்க்கை லக்ஷியங்கள் இவற்றையும் ஓரளவுக்குத் தெரிந்துகொள்ள இது உபயோகமாக இருக்கும்.

இலக்கியம் என்றால் என்ன என்கிற கேள்விக்கு நேரடி யாகப் பதிலளிக்கிற மாதிரி தன் கட்டுரைத் தொகுப்பிற்கு அவர் முன்னுரை எழுதுகிறபோது சில விஷயங்களைச் சொல்லியிருக்கிறார். "வாழ்வு, வாழ்க்கை என்று இரண்டு பதங்கள் உண்டு. இவற்றிடையே உள்ள தொடர்பையோ தொடர்பற்ற தன்மையையோ விளக்குவது, மனித சிந்தனையின் சாரம். வாழ்வு எனில் தோற்றம், ஸ்திதி, மறைவு என முக்கூறாகத் தோன்றும் பிரபஞ்சத்தன்மை. வாழ்க்கை என்பது தனிப்பட்ட ஜீவராசியின் உயிர்ப் பாசத்தினால் நிகழும் அவஸ்தை. இவ்விரண்டுக்கும் உள்ள தொடர்பைக் காட்டுவது மனித சிந்தனையின் சாரம். அது தத்துவமாக உருவாகிறது. வாழ்வின் நியதி ஒன்று, சூத்திரம் ஒன்று என்று வற்புறுத்துவது ஆஸ்திகம். வாழ்வு நியதிக்குக் கட்டுப்படாதது. பிரபஞ்ச உற்பத்தியே அகஸ்மாத்தாக நிகழ்ந்த சம்பவம். இதில் நியதிக்கோ, ஒரு

கட்டுக்கோப்புக்கோ இடம் உண்டு என நினைப்பது வெறும் சொப்பனாவஸ்தை என வற்புறுத்துவது நாஸ்திகம்.

"இவ்விரண்டு விதமான மனநிலைகளுக்கும் பிறப்பிடம் மனித சித்தம். இதைச் சித்திரங்களாகத் தீட்டுவது இலக்கியம். மனிதனுக்கும் புறவுலகுக்கும் உள்ள தொடர்பை அல்லது தொடர்பின்மையை மனிதக் கண்கொண்டு பார்ப்பது இலக்கி யம். மனிதன் உணர்ச்சிக்கு உட்பட்டவன். உணர்ச்சி உண்மை யறியும் சாதனமாகவும், அதை மறைக்கும் திரையாகவும் அமைந்துள்ளது. இலக்கியம், மன அவசத்தில் தோன்றி, புற வுலகின் அடிமுடியை நாட முயலும் ஒரு பிரபஞ்சம். இது தேசந்தோறும் பாஷைக்கும் பண்புக்கும் தக்கபடி பல்வேறு ரூபங்களில் அமைந்துள்ளது. இதன் பொது விதிகளை, தன்மை களை ஆராயும் நோக்கத்துடன் இக்கட்டுரைகள் எழுதப்பட்டன."

இந்தச் சிறிய முன்னுரையை முழுவதும் இங்குத் தந்திருப் பதற்குக் காரணம் இதில் புதுமைப்பித்தனின் இலக்கியக் கொள்கைகளின் சில அடிப்படைகளைக் காண இயலுகிறது என்பதால்தான். இதை ஒரு முக்கியமான சித்தாந்த வெளிப் பாட்டு முயற்சியாகக் கருதவேண்டும். இலக்கியம், தத்துவம், உணர்ச்சி, வாழ்க்கை, மனஅவசம் முதலியவற்றுக்கு உள்ள உறவுமுறைகளை ஓரளவுக்குத் தெளிவாகவே கூறியிருக்கிறார். வாழ்வு, வாழ்க்கை என்கிற பிரிவினையும் ஒரு முக்கியமான விஷயமாகக் கருத வேண்டும். இது பலருக்கும் தெளிவாகத் தெரிவதில்லை என்பது உண்மை. வேறு பல விஷயங்கள்கூட இதில் நேரடியாகச் சொல்லியும், சொல்லாமலும் தெளிவாக்கப் பட்டிருக்கின்றன. ஆஸ்திகம், நாஸ்திகம், முற்போக்கு, சனாதனம் முதலிய வாழ்க்கையின் தவிர்க்க முடியாத இரு கூறான முரண்பாடான அம்சங்களை அவர் எழுத்துக்களில் நாம் காணலாம். இவை முரண்பாடுகளால் எழுந்தவை அல்ல; வாழ்க்கை நியதியால் எழுந்தவை. இலக்கியத்தில் எல்லாவற் றிற்கும் இடமுண்டு என்பதையே புதுமைப்பித்தன் சொல்கி றார் என்றுதான் எனக்குத் தோன்றுகிறது. தன் கதைகளைப் பற்றி 'எரிந்த கட்சி எரியாத கட்சி ஆடுகிறார்கள்' என்று அவர் வேறு ஒரு இடத்தில் கூறுவதையும் இங்குக் கவனிக்க வேண்டும். தன்னையும், தன் எழுத்தையும் மதித்தவர்களையும் மதியாதவர்களையும் அளவாக, சீராக மதிப்பிடும் தன்மையும் அவருக்குக் கைவந்திருந்தது என்று பல சமயங்களில் நேரில் கண்டவன் நான். அதற்கெல்லாம் ஆதாரத்தை இந்தக் கூற்றில் காணலாம் என்றே தோன்றுகிறது.

'இலக்கியத்தின் உட்பிரிவுகள்' என்கிற பிறிதொரு கட்டுரை யில், "வாழ்க்கையின் அர்த்தத்தைச் சொல்லுவது தத்துவம்.

வாழ்க்கையை சொல்லுவது, அதன் ரசனையைச் சொல்லுவது இலக்கியம்" என்று பிரிக்கிறார். "ஒரு நூல் இலக்கியமா அல்லவா என்பது அதன் அமைப்பைப் பொறுத்துத்தான் இருக்கிறது. 'தட்சிணத்துச் சரித்திர வீரர்' என்று மாதவையா ஒரு சரித்திரம் எழுதியிருக்கிறார். ஸ்ரீனிவாச ஐயங்காரும் பல்லவ சரித்திரம் ஒன்றை எழுதி இருக்கிறார். இரண்டும் சரித்திரம்தான், முன்னது இலக்கியம்; பின்னது சரித்திரம் அல்ல, வெறும் பஞ்சாங்கம். சரித்திரத்தை இலக்கியத்தின் வாயிலாகத்தான் அறிய முடியும்... இலக்கியத்திற்கு ஜீவநாடி அமைப்பு... இலக்கியத்தின் அமைப்புத் தன்மை, அமைப்பு ரகஸியம் ஒன்றாக இருந்தாலும், அது பல வடிவத்தில் இருக்கும்."

இலக்கியத்தின் உட்பிரிவுகளைக் கவி, வசனம் என்று பிரித்துக்கொண்டு, கவியில், காவியம், தனிப் பாடல் (Lyric), நாடகம் என்றும், வசனத்தில், வசன காவியம், வியாசம், சிறுகதை, நாவல், நாடகம் என்றும் பிரிவுகள் உள்ளதைச் சுட்டிக் காட்டுகிறார். இந்தப் பிரிவுகளில் சிறுகதை பற்றிச் சொல்லுகிற போது, "சிறுகதை வாழ்க்கையின் சாளரங்கள். வாழ்க்கையின் ஒரு பகுதியை அல்லது ஒருவரின் தனி உணர்ச் சியை அல்லது ஒரு குண சம்பவத்தை எடுத்துச் சித்திரிப்பது" என்று கூறுகிறார்.

புதுமைப்பித்தனின் சிறுகதைகளை வாழ்க்கை என்கிற பெருமாளிகையின் தனிப்பட்ட, வேறுவேறு சாளரங்களைத் திறந்து காட்டுகிற காட்சிகளாக நாம் காண முடிகிறது. 'கடவுளும் கந்தசாமிப் பிள்ளையும்' என்கிற கதையில் ஒரு சாளரத்தின் மூலம் பார்க்கிறோம். 'நினைவுப் பாதை'யில் இன்னொரு சாளரத்தின் மூலம் பார்க்கிறோம் 'சாப விமோசன'த்தில் வேறு ஒரு சாளரம் திறந்து வெளிச்சம் போட்டுக் காட்டுகிறது. சற்றுப் பழமையான, பழக்கத்திலுள்ள மாளிகைச் சாளரத்தைத் திறந்து ஒரு புதுக்காட்சியைக் காட்டுகிறது. இப்படியே 'காஞ்சனை', 'செல்லம்மாள்', 'கயிற்றரவு' எல்லாம் வெவ்வேறு சாளரங்களாக, வெவ்வேறு தனிப்பட்ட விஷயங்களைத் திறந்து காட்ட புதுமைப் பித்தனுக்கு உபயோகப்பட்டிருக்கிறது.

'சிறுகதை என்பது ஒரு சாளரம்' என்கிற கருத்தைப் புதுமைப்பித்தன் சிறுகதைபற்றி எழுதிய மூன்று கட்டுரைகளி லும் எடுத்துச் சொல்லியிருக்கிறார். திறந்த சாளரத்தின் மூலம் எட்டிப் பார்ப்பதுபோலவே, முன்கூட்டியே திட்டமிட்ட அளவில், வாழ்க்கையில் ஒரு தனி சம்பவத்தை, தனி மனிதர் களின் குணாதிசயங்களை, ஒரு தனிப்பட்ட மனிதனின் உணர்ச்சிகளை, ஒரு தனிப்பட்ட மனிதனின் செயல்களை ஒரு விஷயத்தின் போக்கைக் காட்டுவது அவருக்குப் பெருமள

க.நா. சுப்ரமண்யம்

வில் சாத்தியமாகவே இருந்திருக்கிறது. 'சித்தி' என்கிற சிறுகதை
யில் ஒருதனி மனிதனின் அனுபவங்களையும், உணர்ச்சிகளை
யும் ஒரே சரடாக எத்தனை துல்லியமாகக் காட்டியிருக்கிறார்!
அதே போல, 'விநாயக சதுர்த்தி' என்கிற கதையிலும், 'பொன்ன
கரம்' என்பதிலும், 'மகா மசானம்' என்பதிலும், 'செவ்வாய்
தோஷம்' என்பதிலும் இன்னும் வாசகர்களே சொல்லிக்
கொள்ளக்கூடிய மற்றக் கதைகளிலும் அவரால் பல தனிப்பட்ட
விஷயங்களை, அந்தந்தச் சாளரங்களைத் திறந்து, காட்ட
முடிந்திருக்கிறது. இத்தனை வேறுபட்ட சாளரங்களை, எண்
ணிக்கையிலும், காட்சி வேற்றுமையிலும் அதிகமான சாளரங்
களைத் தமிழில் வேறு யாரும் திறந்து காட்டியதில்லை என்று
நிச்சயமாகச் சொல்லலாம். செக்காவிலும், மாப்போஸானிலும்,
ஓ ஹென்றியிலும் பலப்பல சாளரங்கள் திறந்து திறம்படக்
காட்டப்படுகின்றன என்று சொல்லலாம். மற்றச் சிறுகதா
சிரியர்கள் எல்லாம் வேறு அளவில் இலக்கிய மேதைகளாகச்
செயல்பட்டிருந்தாலும் இத்தனை மாறுபட்ட கோணங்களை
அதிகமாகக் காட்ட முயலவில்லை என்றுதான் சொல்ல
வேண்டும். ஒரு பெரிய, விஸ்தாரமான, உயரமான, ஏழுக்கு
மணிமாடத்தின் பல கூடங்களிலும், அறைகளிலும், தளங்களி
லும் அமைந்துள்ள சாளரங்களைத் திறந்து திறந்து காட்டுவது
போலக் காட்டியிருக்கிறார் புதுமைப்பித்தன்.

ஒரு ஆரம்பம், நடு, முடிவு என்ற வரிசையாக இல்லாமல்,
எங்கேயோ ஆரம்பித்து எங்கேயோ, பூர்த்தியாகாமலே, ஆனால்
சிந்தனையைத் தூண்டுகிற மாதிரி முடிவதனால்தான் சிறுகதை
என்கிற நவீன இலக்கியத்துறையை மரபுவாதிகள் ஏற்க மறுக்
கிறார்கள் என்று புதுமைப்பித்தன் அபிப்பிராயம் சொல்கிறார்.
"ஆனால் அகப்பொருள் துறைகளிலும் புறப்பொருள் துறை
களிலும் பல்வேறு மன அவசங்களைக் காட்டி ஒரு காட்சியை,
ஒரு கதையைக் கண்முன் கொண்டு வந்து நிறுத்தும் அற்புதமான
பாட்டுகளை நுகர்ந்தவர்கள்கூட இது புரியவில்லை என்று
சொல்லும்போதுதான் விசித்திரமாக இருக்கிறது. சிறந்த சிறுகதை
களுக்கு இலக்கணமாக யாப்பில் எத்தனையோ உண்டு;
வசனத்தில் தோன்றியுள்ள இன்றைய சிறுகதைகளைப் புரிந்து
கொள்ளாதவர்கள் பழைய காவிய நுகர்ச்சியிலும் அதே
நிலையில்தான் இருக்கிறார்கள்" என்றும் புதுமைப்பித்தன்
சொல்லிக் காட்டுகிறார். நவீன, ஐரோப்பியச் சிறுகதை இலக்
கியப் பரிச்சயம் போலவே தமிழில் பழைய யாப்புக் கவிதை
களின் பயிற்சியும் புதுமைப்பித்தனுக்கு அவரது சிறுகதை
முயற்சிகளில் கைகொடுத்திருக்கிறது. இந்த அளவுக்கு இரு
துறைகளிலும் உரமான அஸ்திவாரம் அமைந்தவர்கள் என்று,
தமிழில் சிறுகதை எழுதியவர்களில் வேறு யாரையும் சொல்ல

முடியாது. புதுமைப்பித்தனின் சிறுகதை வார்ப்பும், அமைப்பும் இதனால் அமைதி கூடி வந்தன என்று சொல்லலாம். தமிழ் யாப்புக் கவிதைகளை அறியாத, ஆங்கிலம் மூலம் சிறுகதை இலக்கியப் பரிச்சயம் உள்ள மௌனியின் கதைகளில் நடையும், அமைப்பும், வார்ப்பும் சில சமயம் தமிழின் மரபுக்கு அப்பாற் பட்டதாக இருந்ததைப் புதுமைப்பித்தனே குறிப்பிட்டிருக்கிறார். புதுமைப்பித்தனின் நடையில், வார்ப்பில் தமிழ் மரபுக்கு ஒவ்வாதது – அதுவரை சொல்லப்படாத விஷயம் என்பதைத் தவிர – வேறில்லை. சொந்தக் கற்பனை மேதையினாலும், யாப்புக் கவிதைப் பரிச்சயத்தினாலும், உலக இலக்கியச் சிறுகதை அறிவினாலும் புதுமைப்பித்தனுக்குச் சிறுகதை எழுதும் கலை மிகவும் நேர்த்தியாகக் கைவந்திருந்தது. வேறு பலருக்கும் சொல்ல முடியாத தகுதி இது.

தமிழில் சிறுகதைகளின் சரித்திரத்தை அன்று இருந்த வரையில் சொல்ல முற்பட்ட புதுமைப்பித்தன் பின்வருமாறு சொல்லுகிறார்: "தமிழில் சிறுகதை என்பது சுமார் ஐம்பது வருஷத்து விவகாரந்தான். செல்வசேசவராய முதலியார் எழுதி யுள்ள 'அபிநவக் கதைகள்' என்ற சிறு தொகுதியை ஆரம்பமாக வைத்துக் கொண்டு கவனித்தால், இன்று நம்முடைய சாதனை பெருமைப்பட்டுக் கொள்ளக்கூடியதுதான்.

"சிறுகதைகள் பிறந்து வளர்ந்த காலத்தை மூன்று பகுதி யாகப் பிரிக்கலாம். செல்வசேசவராய முதலியாரிலிருந்து வ.வே.சு ஐயர் காலம் வரை ஒரு பகுதி. இதை வெறும் சோதனைக்காலம் என்று சொல்ல வேண்டும். குறிப்பிடத்தக்க கதைகள் எதுவும் கிடையாது என்று பொதுவாகச் சொல்லலாம். இக்காலத்தில் பிறநாட்டுக் கதைகள், வாய்மொழியாக உலாவி வந்தவைகள், எழுத்தில் அமைந்தன. அவற்றில் பெரும் பான்மை யாக ஒரு கதையிருக்கும்; அவற்றில் நடமாடும் பாத்திரங்கள் உயிர் பெற்று இயங்காது. ஆசிரியர் அவற்றை இயக்குவதற்காக, சூத்திரக்கயிற்றைப் பிடித்து இழுப்பதுங்கூட நமக்குத் தெரியும்.

"இதற்கடுத்தபடியாக வ.வே.சு. ஐயர் யுகம் என்று சொல்ல வேண்டும். தமிழில் சிறுகதைக்கு உருவும் உயிரும் கொடுத்தவர் அவர்தான். ஒருவிதத்தில் இவரை 'சிறுகதையின் பிதா' என்று ஆங்கில மரபையொட்டிக் குறிப்பிடலாம் ... குளத்தங்கரை அரச மரத்தை யார்தான் மறக்க முடியும்? அவருடைய கதை களில் பாலையின் வெக்கை நம்மைப் பொசுக்கும். முகலாய அந்தப்புரத்து நந்தவனங்களின் வைபவம் நம்மைக் களிப்பூட்டும். கிரேக்க தேசத்துக் கடவுளர் நம்முடன் உறவாடுவர். பிரெஞ்சு போர்க்கள ரத்தபயங்கரம் நம்மை மிரட்டும். பிற நாட்டு மரபுகளையும் பெயர்களையும் நம்மால் ரசிக்க முடியாது

என இன்றைய விமர்சகர்கள் சிலர் சொல்லிக்கொண்டிருப்ப
தற்குத் தகுந்த பதில் அவரது கதைகள். இவர் காலத்தில்
மாதவையா, சுப்பிரமணிய பாரதியார், ராமாநுஜலு நாயுடு
ஆகியோர்கள் கதைகள் எழுதி வந்தார்கள் ... (மாதவையா)
அவர் பதிப்பித்த 'பஞ்சாமிருதம்' என்ற பத்திரிகையில் சில
சிறந்த சிறுகதைகள் வெளிவந்துள்ளன. 'மூன்றில் எது?' என்று
வெளிவந்தது இன்றும் ஞாபகமிருக்கிறது. டாக்டர் சிகிச்சை,
நாட்டு வைத்தியம், கோயில் பிரசாதம் இம்மூன்றில் எது
சாகக்கிடந்த குழந்தையைப் பிழைக்க வைத்தது என்பதுதான்
கதையின் ஆதாரக் கேள்வி ... கடைசியாக அவர் பதிப்பித்த
இதழில் 'கண்ணன் பெருந்தூது' என்ற கதை பிரசுரிக்கப்பட்டுள்
எது – உருவ வார்ப்புக்குச் சிறந்த உதாரணமாக அதைத்தான்
சொல்ல வேண்டும். கதைப் பாத்திரங்களின் குண விஸ்தாரமும்
கதையின் போக்கும் பிரமாதம் ... ஸ்ரீ ராமாநுஜலு நாயுடு
கதை சொல்லுவதில் சமர்த்தர். பாத்திரங்கள் உயிர்த்தன்மை
யுடன் இயங்குபவை. பெண்களைப் பற்றி அவர் கொண்டிருந்த
கருத்துக்கள் விபரீதமானவை. கலையைப் பற்றியும்,
பெண்மையைப் பற்றியும் டால்ஸ்டாய் விசித்திரமான அபிப்
பிராயங்களைத்தான் கொண்டிருந்தார். அதற்காக அவர் சிறந்த
கலைஞன் என்பதை நாம் மறந்துவிடுகிறோமா? அம்மாதிரியே
ராமாநுஜலு நாயுடுவை நாம் பாவிக்க வேண்டும்.

"இதற்கு அடுத்தபடியாக 1930–ம் வருஷத்துக்குப் பின்
உப்பு சத்தியாக்கிரகத்தின் இலக்கிய அலையாக ஒரு புதுவேகம்
இலக்கியத்தில் ஏற்பட்டது. அதாவது எதையும் சிரிக்கச் சிரிக்க
எழுத வேண்டும் என்று ஒரு பாணியை வகுத்து அந்தத்
துறையில் சிலர் இறங்கித் திறமைகளைக் காட்ட முயன்றார்கள்.
இவர்களுள் பிரதானஸ்தர் கல்கி. இவர்களுக்குச் சிரிப்பு மூட்டக்
கூடிய தன்மையில் எழுத வேண்டும் என்பதே பிரதான
லட்சியம். ஹாஸ்யச் சுவை என்பது இயல்பாக அமையவேண்டிய
விவகாரமாதலால், வலிந்து கட்டிக்கொண்டு சிரிக்க வைக்க
முயலுவது ஃபோட்டோவுக்காக சிரித்த மாதிரியாகத்தான்
அமையும் ... கல்கி பிராபல்யத்துக்கு வந்தது அவர் சிரிக்கச்
சிரிக்க எழுதுவார் என்பதிலிருந்துதான். ஆனால் பிற்காலத்தில்
அவர் சிறுகதைத் துறையில் இறங்கிய பொழுது அவரது
எழுத்துக்களில் மருந்துக்குக்கூட சிரிப்பு இல்லாமல் போனதற்குக்
காரணம், ஹாஸ்யம் இவருக்கு இயல்பான குணம் அல்ல
என்பதுதான். ஆனால் ஹாஸ்யமாக கதை எழுதக்கூடியவர்கள்
தமிழில் உண்டு. அவர்களிருவர்: எஸ்.வி.வியும் கொனஷ்டை
யும். எஸ்.வி.வி. யைவிட கொனஷ்டையில் கலையம்சம் ரொம்
பவும் நயமாக இருக்கும்; கதைப் பாணி புதிதாக இருக்கும்.
இந்த ஹாஸ்ய யுகத்தின் வேகம் ஒடுங்கும் நிலையில்தான்

இன்னும் ஒரு பேரலை எழுந்தது. அதில் தான் சிறுகதை தமிழில் பூரண வடிவம் பெற்றது. இதைச் சிறப்பாக மணிக்கொடி யுகம் என்று சொல்ல வேண்டும். இக்காலத்தில்தான் சிறு கதைக்கு இலக்கிய அந்தஸ்து ஏற்பட்டது. பிச்சமூர்த்தி, கு.ப.ரா., பி.எஸ். ராமையா, சிதம்பர சுப்பிரமணியன் முதலியவர்களும் நானும் கதைகள் எழுத ஆரம்பித்தோம். வாழ்வுக்குப் பொருள் கொடுப்பதுதான் கலை. சிறுகதை வாழ்வின் பல சூட்சுமங்களை யும் எழுத்தில் நிர்மாணித்துக் காண்பித்தது. 'பரமசிவன் வந்து வந்து வரங்கொடுத்துப் போவார், பதிவிரதைக்கின்னல் வரும் பழையபடி தீரும்' என்றிருந்த நிலைமை மாறி நிலாவும் காதலும் கதாநாயகனுமாக சோபித்த சிறுகதைகள் வாழ்வை, உண்மையை நேர்நின்று நோக்க ஆரம்பித்தன."

இந்தப் பகுதியை அவர் கட்டுரையிலிருந்து எடுத்து முழுவதும் சொல்வதற்குக் காரணமுண்டு. தமிழில் சிறுகதை கள் மேன்மையாக எழுதுவதற்கு அவருக்கு ஐரோப்பிய அமெரிக்கச் சிறுகதைச் சிகரங்கள் உதவியது போல அன்று வரை தமிழில் வந்திருந்த கதைச் சிகரங்களும் உதவியிருக்கின்றன என்பது அவர் எழுதியிருப்பதிலிருந்து தெளிவாகவே தெரிகிறது. சிறுகதையில் மேதைமை காட்டிய புதுமைப்பித்தன் தனி ஒரு சிருஷ்டிகர்த்தாவாக மேதைமையினால் மட்டும் உருவான வர் அல்ல. இலக்கிய மரபும் ஓரளவுக்கு அவருக்கு உதவியிருக் கிறது என்பது அவர் வ.வே.சு. ஐயர், மாதவையா, ராமானுஜலு நாயுடு முதலியவர்களைப் பற்றிக் கூறியதிலிருந்து நன்கு தெரிய வருகிறது. அவர் காலத்திய சிறுகதைச் சாதனையை மதிப்பிடு பவராக அவர் இதே கட்டுரையில் கடைசியாக ஒரு பாரா எழுதினார். அது பின்வருமாறு அமைந்திருக்கிறது:

"தமிழ் மரபுக்கும் போக்குக்கும் புதிதாகவும் சிறப்பாகவும் வழிவகுத்தவர் ஒருவரைச் சொல்ல வேண்டும் என்றால் 'மௌனி' என்ற புனைபெயரில் எழுதிவருபவரைத்தான் குறிப்பிட வேண்டும். அவரைத் தமிழ்ச் சிறுகதையின் திருமூலர் என்று சொல்ல வேண்டும். அவர் மொத்தத்தில் இதுவரை பத்துக் கதைகள்தான் எழுதியிருப்பார். கற்பனையின் எல்லைக் கோட்டில் நின்று வார்த்தைக்குள் அடைபட மறுக்கும் கருத்துக் களையும் மடக்கிக்கொண்டு வரக்கூடியவர் அவர் ஒருவரே. தமிழிலே 'நட்சத்திரக் குழந்தைகள்', 'சிவசைலம்', 'எங்கிருந்தோ வந்தான்', 'கடவுளும் கந்தசாமிப் பிள்ளையும்' என்ற தலைப்பு களில் வெளிவந்துள்ள கதைகள் ஒப்புயர்வற்றவை." (முதல் கதை பி.எஸ். ராமையா எழுதியது. இரண்டாவது த.நா. குமார சாமி, மூன்றவாது மௌனி. நாலாவது புதுமைப்பித்தனே எழுதியது.)

 க.நா. சுப்ரமண்யம்

மெளனியைப் பற்றிப் புதுமைப்பித்தன் சொல்லுகிற சில வாக்கியங்கள் புதுமைப்பித்தனுக்கும் பொருந்தும் என்றும், இந்த வார்த்தைகளில் தன் லட்சியங்களையும் சேர்த்தே சொல்லு கிறார் என்றும் நாம் அனுமானிக்கலாம் என்றே எனக்குத் தோன்றுகிறது தமிழ் மரபுக்கும், போக்குக்கும் புதிதாகவும், சிறப்பாகவும் வழி வகுப்பதும், கற்பனையின் எல்லைக்கோட் டில் நின்று, வார்த்தைக்குள் அடைபட மறுக்கும் கருத்துக்களை மடக்கிக்கொண்டு வருவதும் புதுமைப்பித்தனும் செய்த காரியங் கள்தான். மெளனியைப் பற்றிச் சொல்லுகிறபோது, மெளனியைப் பற்றிச் சொல்லுகிற சாக்கில் தன்னைப் பற்றியும் சொல்லிக் கொள்கிறார் என்று நம்புவதில் தவறில்லை. அதற்கு அந்தக் காலத்தில் நாங்கள் எல்லோரும் விரும்பிப் பரவலாகப் படித்த ஆங்கில 'ரொமாண்டிக்' கவிதை மரபு உண்டு (ஜான் மில்டன், ஷெல்லி, வேர்ட்ஸ்வொர்த், டென்னிஸன்).

இன்றைய தமிழ் வாசகர்களில் பலர் புதுமைப்பித்தனையே கூடத் தேடிப் படிப்பவர்களாக அதிகம் பேர் இல்லை என்பது வருத்தப்பட வேண்டிய விஷயம். அதையும்விட வருத்தப்பட வேண்டிய விஷயம் அவர், தன் முன்னோடிகளாகவும், சகபாடி களாகவும் கருதிய, மதிப்புக்குரியவர்களாக எண்ணிய கதாசிரியர் களையும், கதைகளையும் படிக்காமல் இருப்பதுதான். பாரிச வாயுவும் பக்கவாதமும் அன்று புதுமைப்பித்தன் சொன்னது போல இன்றும் தமிழ் இலக்கிய உலகத்தைப் பிடித்து ஆட்டிக் கொண்டுதான் இருக்கின்றன. நல்லெண்ணெயும், நல்லெண் ணமும்கூட இன்று கலப்படமாகவேதான் இருக்கின்றன என்று அவர் காலத்தில் சொன்னார். இன்று, நாற்பதாண்டுகளுக்குப் பிறகு, இந்த இரண்டு பொருள்களோடு இன்னும் இருநூறு பொருள்களும் கலப்படமாகிக்கொண்டிருப்பதைக் காண்கிறோம் நாம். புதுமைப்பித்தனையும் படிக்காமலே பாராட்டுவதும், சர்வகலாசாலைகளில் பிஎச்.டி. போன்ற ஆய்வுப் பட்டங் களுக்கு அவரை விஷயமாக எடுத்துக்கொள்வதும் பெருமைப்பட வேண்டிய விஷயங்கள் அல்ல. இது ஸ்டேட்டஸ் (ஸ்திதி) உயர்கிறது என்பதற்காகவும், ஸ்நாப் மதிப்பீடுக்காகவும், தன்னைப் பெரியவர்கள் என்று எண்ணுவார்கள் என்ற எண்ணத்தினாலும் சென்னையில் சங்கீதக் கச்சேரிகளுக்குக் கூட்டம் சேருவது போலத்தான் இதுவும். தலைமுறைக்குப் பின் தலைமுறை புதுமைப்பித்தனைத் தமிழர்கள் படித்து, அனுபவித்துப் பார்க்க வேண்டியதுதான் முக்கியமான விஷயம். இதில் இன்றுள்ள சில நல்ல வாசகர்களுக்கும், சில நல்ல விமர்சகர்களுக்கும் சந்தேகம் வருவதற்கேயில்லை.

'சிறுகதைகள் எப்படி அமைய வேண்டும்' என்பது பற்றியே போல, 'சிறுகதை' என்று ஒரு இரண்டாவது கட்டுரையையும்

புதுமைப்பித்தன் எழுதியிருக்கிறார். சிறுகதை பற்றி அவருடைய நிலைமையைத் தெளிவு செய்துகொள்ள அந்தக் கட்டுரையிலும் சில பகுதிகளைப் பார்க்கலாம்.

மற்ற இலக்கியப் பகுதிகள் போலவே சிறுகதைகளும் "மனித உள்ளத்தின் அடைய முடியாத ஆசைகளின் எதிரொலி" என்று சொல்லிவிட்டு, "எதுதான் சிறுகதை? சிறுகதையின் எல்லை என்ன? சிறுகதைக்கு என்று தனிப்பட்ட ரூபம் ஒன்று உண்டா? இதற்கெல்லாம் சூத்திரங்கள் ஒன்றும் கிடையாது" என்று பதிலளிக்கிறார். மேலும், "சிறுகதையின் எல்லை வளர்ந்து கொண்டே வருகிறது. ஒவ்வொரு கதையாசிரியனும் எடுத் தாண்ட ரூபங்கள் எண்ணிறந்தன. இருக்கும் கதைகளை வைத்துத் தான் இவைதான் சிறுகதை என்று நிர்ணயிக்க வேண்டும்.

"சிறுகதையின் ஜீவநாடி ஒன்று. அதில் எடுத்தாளப்படும் சம்பவம் அல்லது நிகழ்ச்சி தனிப்பட்ட ஒன்றாக இருக்க வேண்டும். சிறுகதை வாழ்க்கையின் சாளரம் ... சிறுகதையில் ரூபம் கதை எழுதுபவனின் மனோதர்மத்தைப் பொறுத்தது ...

" ...சிறுகதைப் பின்னலில் ஆரம்பம், மத்திய சம்பவம், அதன் வளர்ச்சி அல்லது வீழ்ச்சி என்று மூன்று பகுதிகள் உண்டு. சாதாரணமான கதைகளில் இம்மூன்றும் படிப்படியாக வளர்ந்துகொண்டே போகும். சமீபத்தில் எழுதப்பட்ட அமெரிக்க சிறுகதைகளில் பழைய சம்பிரதாயமான ஆரம்பம், முடிவு என்ற இரண்டு பகுதிகளும் கிடையவே கிடையாது. கதை திடீரென்று மத்திய சம்பவத்தின் உச்சஸ்தானத்தில் ஆரம்பிக் கிறது. அதிலேயே முடிவடைகிறது. இன்னும் வேறு ஒரு விதமான கதைகளும் உண்டு. அவற்றில் முடிவு என்ற ஒன்று கிடையாது. அதாவது கதையை வாசிப்பது நமது சிந்தனையின் சலனத்தை ஊக்குவதற்கு ஒரு தூண்டுகோல். கதை முடியும்பொழுது அதைப் பற்றிய சிந்தனை முடிவடைந்துவிடாது. இப்படிப் பட்ட கதைகள் முடிந்த பிறகுதான் ஆரம்பமாகிறது என்று சொன்னால் விசித்திர வாதமாகத் தோன்றும்; ஆனால் அதுதான் உண்மை... கடவுள் வாழ்க்கையின் கடைசிப் பக்கத்தை எழுதி விடவில்லை; அவரால் எழுதவும் சாத்தியப்படாத காரியம்... கதைகளுக்கு சம்பவம் அவசியமா, இப்படிப்பட்ட விகற்பங்கள் இருக்கலாமா என்று பலர் கேட்கிறார்கள். கதைகள் அவரவ ருடைய சுவையையும் ரசனையையுந்தான் பொறுத்தது ... அவரவர்களுடைய அனுபவத்திற்கும் ரசனைக்கும் ஏற்றபடி தான் கதைகளைப் படிக்க முடியும்."

இதைத் தொடர்ந்து ராமையாவின் 'பூச்சூட்டல்' என்கிற கதையைப் புதுமைப்பித்தன் அலசிக் காட்டுகிறார். முடிவில், சிறுகதை என்பது, "அதாவது தற்கால விமர்சனத்தின்படி

கருதப்படும் சிறுகதை தமிழ்நாட்டிற்குப் புதிய சரக்கு. மேல் நாட்டு இலக்கியகர்த்தர்கள் ஒரு நூற்றாண்டு பழகிய கையால் எழுதும் கதைகளுக்கும் தற்பொழுது தோன்றியிருக்கும் ஸ்ரீ ந. பிச்சமூர்த்தி, ஸ்ரீ கு.ப.ரா. முதலான எழுத்தாளர்களின் கற்பனைகளுக்கும் ஏற்றத்தாழ்வைக் காணவே முடியாது" என்று கட்டுரையை முடிக்கிறார். புதுமைப்பித்தன் கதைகளை மட்டும் படிப்பதாகப் பாவனை செய்துகொண்டு அவர் சமகாலத்திய மற்ற நல்ல சிறுகதாசிரியர்களைப் படிக்காமல் விட்டுவிடுகிற 'பாரிச வாயு, பக்கவாத' விமர்சகர்களும், வாசகர்களும் புதுமைப் பித்தனின் இந்தக் கூற்றை மனத்தில் கொள்ளவேண்டும்.

சிறுகதை பற்றிப் புதுமைப்பித்தன் எழுதியுள்ள மூன்றாவது கட்டுரையில் சிறுகதையின் அம்சங்களை இன்னும் சற்று ஆழமாகவே விவரிக்கிறார் புதுமைப்பித்தன். ரூபம் என்பது இரண்டாவது கட்டுரையில் இடம் பெற்றதுபோல மூன்றாவது கட்டுரையில் சிறுகதைக்காக எடுத்துக்கொள்ளப்படுகிற விஷயம் முக்கியமானதாகக் கூறப்படுகிறது.

"... நான் படித்த பழைய கதைகளில் 'கண்ணன் பெருந்தூது' என்கிற கதை தமிழ் சிறுகதைகளின் இலக்ஷியம் என்றே கூறலாம். அதன் அமைப்பு வெகு அற்புதமாக விழுந்திருக்கிறது ... அய்யர வர்களின் சிறுகதைகள் மிகவும் உயர்ந்த ரகத்தைச் சேர்ந்தவை. அவர் தமது சிருஷ்டிகளில் மனிதனின் மேதையை, தெய்வீகத் துயரத்தை, வீரத்தை, காண்பிப்பதில் களித்தார். இலக்ஷியத்தை சிருஷ்டிப்பதில் இலயித்தது.

"ஆனால் மனிதனின் சிறுமைகளை, தப்பிதங்களை, அதில் அவன் நாடும் வெற்றியை, இலக்கியமாகச் சிருஷ்டிப்பதற்கு, நல்ல கலைத்திறமையுடன் சிருஷ்டிப்பதற்கு, வெகு காலம் சென்றது. தமிழிற்கே விமோசனம் கிடையாது என்று நினைத்துக் கொண்டிருக்கும் சமயத்தில் வெள்ளி முளைத்தாற்போல் சில கதை எழுதுகிறவர்கள் தோன்றி இருக்கிறார்கள். அவர்களுடைய எழுத்துக்கள், கற்பனைகள் எல்லாம் தமிழுக்குப் புதியவை. புதிய விஷயங்களில் முதலில் வெறுப்பு ஏற்படுவது மனித, அதாவது சாதாரண மனித இயற்கை. இந்த எழுத்தாளர்களின் கற்பனைகளில் யாவையும் இடம்பெறுகின்றன ... இவர்களுக்குள் இரண்டு மூன்று பேர்களின் எழுத்துக்கள் சாகாத எழுத்துக்கள் என்று கூறலாம். 'நட்சத்திரக் குழந்தை'யின் ஆசிரியரும், 'கலைமக' வில் வந்த 'விஜயதசமி' என்ற கதையின் ஆசிரியரும் தமிழ் நாட்டின் கற்பனைப் பொக்கிஷங்கள் என்று கூறவேண்டும். இருவருடைய கலையுணர்ச்சியும், சிருஷ்டித்திறனும் இவர்களை எழுத்தாளர்களின் விதிவிலக்காக்குகிறது. தமிழ்க் கதை வளர வேண்டுமானால் இவர்கள் சென்ற பாதையில் புதிய விஷயங் களை எழுதும் ஆற்றலுடையவர்கள் தோன்ற வேண்டும்."

4

சிறுகதை பற்றிப் பொதுவாக இந்த மூன்று கட்டுரைகளையும் தவிர தன் கதைகளைக் குறிப்பிட்டுப் புதுமைப்பித்தன், 'என் கதைகளும் நானும்' என்று ஒரு கட்டுரையும், 'காஞ்சனை' என்ற அவருடைய சிறுகதைத் தொகுப்புக்கு முன்னுரையாகச் சில குறிப்புகளும் தந்திருக்கிறார். புதுமைப்பித்தனின் சிறுகதை களைப் பற்றி முழுவதும் அறிந்துகொள்ள மிகவும் உபயோகமான குறிப்புகள் இவை. அவற்றையும் பார்த்துவிட்டுப் புதுமைப் பித்தனின் கதைகளைப் படிப்பது பயன்தரக்கூடிய விஷயம்.

"... என்னுடைய கதைகளைப் பொறுத்தவரை அமிதமான பாராட்டும் பரவசமும் ஒரு சார்; மற்றொரு புறம் பலத்த, மனப்பூர்வமான கண்டனம். இந்த இரண்டும் என்னுடைய கதைகள் பெற்றுள்ள கவர்ச்சிகள்" என்று சொல்லிவிட்டு மேலும் சொல்கிறார்: "என் கதைகளில் உள்ள கவர்ச்சிக்கு ஓரளவு காரணம் நான் புனைந்துகொண்ட புனைபெயராகும். அது அமெரிக்க விளம்பரத்தன்மை வாய்ந்திருக்கிறது என்பதை இப்போது அறிகிறேன். பிறகு நான் எடுத்தாளும் விவகாரங்கள்: பலர் வெறுப்பது; சிலர் விரும்புவது ...

"என் கதைகளில் எது நல்ல கதை? எனக்குத் தெரியவில்லை. ஒவ்வொன்றும் நல்ல கதையாகத்தான் இருக்கிறது. இப்பொழுது படித்துப் பார்க்கும் போதும் எனக்கு வாசிக்கப் பரம சுகமாக இருக்கிறது ...'சில்பியின் நரகம்'...'நினைவுப் பாதை'... 'நாசகாரக் கும்பல்'...

"அச்சுப்பிழை பார்க்கிறவர்களை ஒதுக்கிவிட்டால் என் கதையின் முதல் வாசகன் நான்தான். அவ்வளவு ரசித்துப் படிப்பேன். வேகமாக எழுதிக்கொண்டு போவதனால், எழுதிய தில் அங்கொன்றும் இங்கொன்றும்தான் என் ஞாபகத்தில் இருக்கும். கோவையாக எழுத்து ரூபத்தில் என் கதைகளை நான் அச்சில்தான் பார்த்து வருகிறேன் ...

"...பிரசுரிக்கும் நோக்கமே இல்லாமல் நான் எழுதிக் கிழித்துப்போட்ட கதைகள் எத்தனையோ! எழுத்துக்குக் கைப் பழக்கம் மிகவும் அவசியம். முடுக்கிவிட்ட யந்திரம் மாதிரி தானே ஒரு இடத்தில் வந்து நிற்கும். இது என் அனுபவம் ... என் கதைகளிலே ஏற்றத்தாழ்வு உண்டு. அவற்றிற்குக் காரணம் வார்ப்புப் பிசகு அல்ல; அதை எழுதத் தூண்டிய மன அவசத் தின் உத்வேகத்தைப் பொறுத்தது கதையின் கவர்ச்சியில் காணும் ஏற்றத்தாழ்வு.

"நான் கதை எழுதுவதற்காக நிஷ்டையில் உட்கார்ந்து யோசித்து எழுதும் வழக்கம் இல்லை... என் கதைகளில்

க.நா. சுப்ரமண்யம்

நூற்றுக்குத் தொண்ணூறு எடுத்த எடுப்பில் எழுதியும், வெற்றி காணுவதற்குக் காரணம் என் நெஞ்சில் எழுதாக் கதைகளாகப் பல எப்பொழுதும் கிடந்துகொண்டே இருக்கும். அந்தக் கிடங் கிலிருந்து நான் எப்பொழுதும் எடுத்துக்கொள்ளுவேன்; கதை எழுதும் சிலர் இவற்றை விவரப்பட்டியல் எழுதி ஒரு மூலையில் போட்டு வைப்பார்கள்; நான் அப்படியல்ல. ஞாபகமறதிக்கு அரிய வசதி அளிப்பேன்; ... ஆனால் ஒன்று: எழுத்து ரூபத்தில் அமையும் வரை மனசில் உறுத்திக்கொண்டு கிடக்கும் நிலையில் இந்தக் கதைகள் யாவும் இவற்றைவிடச் சிறந்த ரூபத்தில் இருந்தன என்பது என் நம்பிக்கை. எழுதி முடித்த பிறகு அவை சற்று ஏமாற்றத்தையே அளித்துவந்திருகின்றன. ஆனால் ஏமாற்றம் வெகுநேரம் நீடிப்பதில்லை.

"என் கதைகளில் எதையாவது ஒன்றைக் குறிப்பிட்டு அது பிறந்த விதத்தைச் சொல்லுவதென்றால் ரிஷி மூலம் நதிமூலம் காணுகிற மாதிரிதான். சில ஆபாச வேட்கையில் பிறந்திருக்கலாம்; சில குரோத புத்தியின் விளைவாகப் பிறந்திருக் கலாம்; வேறு சில அவை சுமக்கும் பொருளுக்குச் சற்றும் சம்பந்தமே இல்லாத ஒரு காரியம் கைகூடாதபோது எழுதப் பட்டிருக்கலாம் ...

"என் கதைகளின் தராதரத்தைப் பற்றி 'எரிந்த கட்சி, எரியாத கட்சி' ஆடுகிறார்கள். அதற்குக் காரணம், பலர் இலக்கியத்தில் இன்னதுதான் சொல்ல வேண்டும், இன்னது சொல்லக்கூடாது என ஒரு தத்துவம் இருப்பதாகவும், அதை ஆதரித்துப் பேசுவதாகவும் மனப்பால் குடித்துக்கொண்டிருக் கலாம். உண்மை அதுவல்ல; சுமார் இருநூறு வருஷங்களாக ஒருவிதமான சீலைப்பேன் வாழ்வு நடத்திவிட்டோம். சில விஷயங்களை நேர்நோக்கிப் பார்க்கவும் கூசுகிறோம். அதனால் தான் இப்படிச் சக்கரவட்டமாகச் சுற்றி வளைத்துச் சப்பைக் கட்டு கட்டுகிறோம். குரூரமே அவதாரமான ராவணனையும், ரத்தக் களறியையும், மனக் குரூபங்களையும், விகற்பங்களையும் உண்டாக்க இடமிருக்குமேயானால், ஏழை விபசாரியின் ஜீவனோபாயத்தை வர்ணிப்பதாலா சமூகத்தின் தெம்பு இற்றுப் போகப் போகிறது? இற்றுப் போனது எப்படிப் பாதுகாத்தாலும் நிற்கப் போகிறதா? மேலும், இலக்கியமென்பது மன அவசத்தின் எழுச்சிதானே? நாலு திசையிலும் ஸ்டோர் குமாஸ்தா ராமன், ஸினிமா நடிகை சீதம்மாள், பேரம் பேசும் பிரமநாயகம் – இத்யாதி நபர்களை நாள் தவறாமல் பார்த்துக்கொண்டிருந்து விட்டு, இவர்களது வாழ்வுக்கு இடமளிக்காமல் காதல் கத்திரிக் காய் பண்ணிக்கொண்டிருப்பது போன்ற, அனுபவத்துக்கு நேர் முரணான விவகாரம் வேறு ஒன்றும் இல்லை. நடைமுறை

விவகாரங்களைப் பற்றி எழுதுவதில் கெளரவக் குறைச்சல் எதுவும் இல்லை.

"நீளமாகத் தலை கத்தரித்துவிட்டுக்கொண்டு, அடையாறு ஜிப்பா போட்டுக்கொண்டு, பங்கியடித்த மாதிரி கண்களை ஏறச்சொருக வைத்துக்கொண்டிருக்கும் படங்கள், அவை போன்ற கதைகள், நாசூக்கான கட்டம் வரை, அதாவது உடை குலையாத கட்டம்வரை எழுதிக்கொண்டிருப்பதே கலையல்ல; அவைகளே, 'அப்புறம்' என்ற நினைப்பைத் தட்டி விட்டு ஆபாச வேட்கைகளைக் கிளப்புகின்றன. இலக்கியத்தில் கலையம்சம் என்பது ஜீவத் துடிதுடிப்பில்தான் இருக்கிறது ... என் கதைகளில் ஒவ்வொன்றும் ஒரு விவகாரத்தைப் பற்றியதாக இருக்கும். ஆனால், என் கதைகளின் பொதுத்தன்மை நம்பிக்கை வரட்சி. 'எதிர்மறையான குணங்கள். இலக்கியத்துக்கு வலுக் கொடுக்குமா?' என்று கேட்கலாம். அது ஏற்பவர்களின் மனப் பக்குவத்தைப் பொறுத்ததேயொழிய எதிர்மறை பாவத்தின் 'விஷ'த் தன்மையைப் பற்றியதல்ல.

"ஒருவர் என்னுடைய புனைபெயரை வைத்துக்கொண்டு என் கதையை விமர்சனம் செய்தார். 'பித்தமும் இடையிடையே புதுமையும் காணப்படும்' என்றார். வாஸ்தவம்தான். 'பித்தா பிறைசூடி பெருமானே' என்ற உருவகத்தில் பொதிந்துள்ள உன்மத்த விகற்பங்களை அவர் குறிப்பிடுகிறார் என்று பொருள் கொண்டு, அவ்வளவும் நமக்கு உண்டு என ஒப்புக்கொள்ளு கிறேன்; அவரவர் மனசுக்கு உகந்தரீதியில் இருப்பவைகளே புதுமை எனக் கொள்ளப்படுகின்றன. நான் பொருள் கொடுக்கும் பித்தம்தான் அதில் புதுமை. என் கதைகளின் புதுமை அதுதான்."

இந்தக் கட்டுரையில் புதுமைப்பித்தன் எழுதுகிற முறை, எழுதியதில் எல்லாம் ஒரே தரத்ததாக அமைய வேண்டும் என்கிற அவசியமில்லாமை, உள்ளடக்கத்தின் மூலம் எழுகின்ற சர்ச்சைகள் – எல்லாவற்றையும் பற்றிக் குறிப்பிட்டுப் பல முக்கிய மான விஷயங்களைச் சொல்லியிருக்கிறார். அவர் காலத்தில் மட்டும்தான் சில விஷயங்களை நேருக்குநேர் நோக்கக்கூடாது என்கிற நினைப்பு இருந்ததாகச் சொல்ல முடியாது. இன்றும் பல ரூபங்களில் அந்த நினைப்பு நம்மைத் தொடருகிறது. அதை எதிர்நோக்கிச் சமாளிக்க வேண்டிய பொறுப்பு இலக்கி யாசிரியர்களுக்கு இன்றும் உண்டு. அதேபோல, ஒண்ணே முக்கால் கதைகளை எழுதிவிட்டு, 'நானும் புதுமைப்பித்தனைப் போல சிறுகதைகள் எழுதியிருக்கிறேனே, அது ஏன் உங்கள் கண்ணில் படவில்லை' என்று கேட்கிற இலக்கிய சாம்ராட்டுக் கள் எண்ணிக்கையில் இன்று அதிகரித்துக்கொண்டிருக்கின்

ரனர். அதற்கும் வலுவான பதில் இந்தக் கட்டுரையில் காணக் கிடைக்கிறது. இவையெல்லாம் புதுமைப்பித்தன் கதைகளைப் படிக்கிறபோது அத்துடன் சேர்த்துப் படித்துத் தெரிந்துகொள்ள வேண்டிய விஷயங்கள்.

'காஞ்சனை' என்கிற தொகுப்பின் முன்னுரையாக நாலு பக்கங்கள் 'எச்சரிக்கை!' என்று அவர் எழுதிய பகுதியிலும் பார்த்துத் தெரிந்துகொள்ள வேண்டிய சில விஷயங்கள் உண்டு. அதில் சில முக்கியமான பகுதிகளை இங்கு எடுத்துத் தருகிறேன்.

"... இவை யாவும் கலை உத்தாரணத்திற்கென்று கங்கணம் கட்டிக்கொண்டு செய்த சேவை அல்ல. இவை யாவும் கதைகள். உலகை உய்விக்கும் நோக்கமோ, கலைக்கு எருவிட்டுச் செழிக்கச் செய்யும் நோக்கமோ, எனக்கோ என் கதைகளுக்கோ சற்றும் கிடையாது. நான் கேட்டது, கண்டது, கனவு கண்டது, காண விரும்பியது, காண விரும்பாதது ஆகிய சம்பவக் கோவைகள் தாம் இவை ...

"... பொதுவாக நான் கதை எழுதுவதன் நோக்கம் கலை வளர்ச்சிக்குத் தொண்டு செய்யும் நினைப்பில் பிறந்ததல்ல ...

"நான் கதை எழுதுகிறவன். கதையிலே கல் உயிர்பெற்று மனிதத் தன்மை அடைந்துவிடும். மூட்டைப் பூச்சிகள் அபி வாதயே சொல்லும். அதற்கு நான் என்ன செய்யட்டும்? கலையுலகத்தின் நியதி அது. நீங்கள் கண்கூடாகக் காணும் உலகத்தில், மனிதன் 'கல்லுப் பிள்ளையார் மாதிரி' உட்கார்ந் திருப்பதைப் பார்க்கவில்லையா? மனிதன் கல் மாதிரி இருக்கும் போது கல்தான் சற்று மனிதன் மாதிரி இருந்து பார்க்கட்டுமே! தவிரவும் பழைய கதைகளை எடுத்துக்கொண்டு, அதை இஷ்டமான கோணங்களிலெல்லாம் நின்றுகொண்டு பார்க்க எங்களுக்கு உரிமையுண்டு.

"... திருப்பணியில் ஈடுபாடுடைய பக்தர்கள் பலருக்கு அவர்கள் ஆர்வத்துடன் செதுக்கி அடுக்கும் கல்லுக் குவியலுக்கு இடையில் அகப்பட்டு நசுங்கிப் போகாமல் அவர்களுடைய இஷ்ட தெய்வத்தை ('கடவுளும், கந்தசாமிப் பிள்ளையும்' என்ற கதையில்) நான் மெதுவாகப் பட்டணத்திற்குக் கூட்டிக் கொண்டு விட்டதில் பரம கோபம். நான் அகப்பட்டால் கழுவேற்றிப் புண்ணியம் சம்பாதித்துக் கொள்ள விரும்புவார் கள். என்னுடைய கந்தசாமிப் பிள்ளையுடன் ஊர் சுற்றுவதற்குத் தான் கடவுள் சம்மதிக்கிறார். இதற்கு நானா பழி?

"பொதுவாக, என்னுடைய கதைகள் உலகத்துக்கு உபதேசம் பண்ணி உய்விக்க ஏற்பாடு செய்யும் ஸ்தாபனம் அல்ல. பிற்கால நல்வாழ்வுக்குச் செளகரியம் பண்ணி வைக்கும் இன்ஷ்யூரன்ஸ்

ஏற்பாடும் அல்ல. எனக்குப் பிடிக்கிறவர்களையும் பிடிக்காதவர்
களையும் கிண்டல் செய்துகொண்டிருக்கிறேன். சிலர் என்னோடு
சேர்ந்துகொண்டு சிரிக்கிறார்கள்; இன்னும் சிலர் கோபிக்
கிறார்கள். இவர்கள் கோபிக்கக் கோபிக்கத்தான் அவர்களை
இன்னும் கோபிக்கவைத்து முகம் சிவப்பதைப் பார்க்க வேண்டும்
என்று ஆசையாக இருக்கிறது.''

தமிழில் சிறுகதை என்ற இலக்கியத்துறை வளருவதற்குப்
புதுமைப்பித்தன் தெரிந்து, அதிசயமாகவே செயல்பட்டிருக்
கிறார். மணிக்கொடி காலத்தில் அந்தத் துறை வளம்பெற்று,
தரம் பெற்று, உரம் பெற்று, உருவம் பெற்றுக்கொண்டிருந்த
காலத்தில் இந்த நான்கு விஷயங்களிலும் தெரிந்து செயல்பட்ட
வர் புதுமைப்பித்தன். ஆனால், அவர்களில் பலரையும்விட
அதிகமான விஷயங்களை நேருக்கு நேர் பார்த்து எழுதும்
தெம்பு அவருக்கு இருந்தது. பரப்பினாலும், ஆழத்தினாலும்
அவர் கவனத்தைக் கவர்ந்த விஷயங்கள் இன்றும் வாசகர்களின்
கவனத்தைக் கவருவதாக இருக்கின்றன; புதுமை நிறைந்தவை
யாக இருக்கின்றன. பிரச்சாரகராக அல்லாமல் 'கலை உய்விக்க
வந்தவன் அல்ல நான்' என்று அவரே சொன்னாலும் கலை
உய்ய, இலக்கியம் ஓங்க வந்தவர்தான் அவர் என்பது நமக்கு
நிதர்சனமாகத் தெரிகிறது.

புதுமைப்பித்தன் படைப்புகளில் புதுமை ஐம்பதாண்டு
களுக்குப் பிறகும் நிறைந்துதான் இருக்கிறது. பித்தமும் நிறைந்தே
தான் இருக்கிறது. இரண்டுக்கும் அப்பால் இன்றும் தெரிந்து
கொள்ளக்கூடிய, படித்த மாத்திரத்தில் ஏற்றுக்கொள்ளக்கூடிய
இலக்கியத்தன்மை நிறைந்ததாகவும் இருக்கிறது. இந்த இலக்கியத்
தன்மை பேராசிரியர்களோ, இலக்கண ஆசிரியர்களோ சொல்லு
கிற அளவில் வரிந்துகட்டிக்கொண்டு செயற்கையாக உற்பத்தி
செய்யப்பட்டது அல்ல. இது இயற்கையாகவே புதுமைப்பித்தன்
என்கிற சொ.விருத்தாசலத்தின் தனித்துவமாக அமைந்து
இன்றும் அவரைப் படிக்க நம்மைத் தூண்டுகிறது. அவர்
எழுத்துக்களை மற்றவர் எழுத்துக்களிலிருந்து வித்தியாசப்
படுத்திக் காட்டுகிறது. அந்தக் காலக்கட்டத்தில் பலரும் எழுதி
னார்கள். அப்படிச் சிறப்பாக எழுதியவர்களில் முன்னணியில்
நின்றவர் என்று புதுமைப்பித்தனைக் காலமும் விமர்சகர்களும்
கணிப்பதைத் தவிர்க்க முடியவில்லை என்பது உண்மை.

என் சுய அனுபவம் ஒன்றையும் இங்கு, இந்த இடத்தில்
சுட்டிக் காட்டலாம் என்று தோன்றுகிறது. 1954 – 55 இல்
பம்பாயில் தங்கியிருந்தபோது ஒருநாள் மாலை ஒரு மராத்தி
இலக்கிய அன்பருடன் பேசிக்கொண்டிருக்க நேர்ந்தது. அந்த
மராத்திய அன்பரும் எழுத்தாளர்தான். அவர் சிறுகதைகள்

                                        க.நா. சுப்ரமண்யம்

நிறைய எழுதியவர். அவற்றில் சிலவற்றை ஆங்கில மொழி பெயர்ப்பில் படித்துவிட்டு நன்றாக இருப்பதாக நான் நினைத் திருந்தேன். அவருக்கு வயது ஐம்பது இருக்கும். பேசிக்கொண் டிருந்த போது புதுமைப்பித்தனைப் பற்றிச் சிறப்பாகச் சொன் னேன். அவர் எந்த மாதிரிக் கதைகள் எழுதியவர் என்று மராத்திக்காரர் கேட்டார். எனக்கு உடனடியாக எதுவும் பதில் சொல்லத் தெரியவில்லை. 'புதுமைப்பித்தன் எழுதிய கதைகளில் ஒன்றிரண்டைச் சுருக்கிச் சொல்லுகிறேன் உதாரண மாக. நீங்கள் அதிலிருந்து அவர் எப்படிப்பட்ட கதாசிரியர் என்று யூகித்துக்கொள்ளுங்கள்' என்று சொல்லிவிட்டு, 'சாப விமோசனம்', 'கடவுளும் கந்தசாமிப் பிள்ளையும்', 'விநாயக சதுர்த்தி' என்ற மூன்று கதைகளையும் நினைவில் இருந்தபடி ஆங்கிலத்தில் சுருக்கமாகச் சொன்னேன். மராத்தி நண்பருக்குப் புதுமைப்பித்தன் எப்படிப்பட்ட சிறுகதாசிரியர் என்பது ஓரள வுக்குப் புரிந்திருக்க வேண்டும். அவர் போன பின்னர், கூட இருந்த தமிழ் நண்பர் சொன்னார். "நீங்கள் சுருக்கிச் சொன்ன கதைகள் மூன்றையும் நானும் படித்திருக்கிறேன். நீங்கள் சொல்லு கிற அளவில் அவை அப்படிச் சிறப்பாக அமைந்திருப்பதாக எனக்குத் தோன்றவில்லையே" என்றார். "அப்படியா? அது உமது துரதிருஷ்டம்" என்றேன் நான். "புதுமைப்பித்தன் கதை களில் இல்லாத்து எதையாவது நான் சேர்த்துச் சொன்னேனா?" என்று கேட்டேன். "இல்லை" என்று ஒப்புக்கொண்டார் நண்பர். "திருப்பிச் சொல்லும் போது தரம் கூடுகிற மாதிரி தோன்று வதும் ஒரு இலக்கிய நயம்தானே? இப்படித்தான் மகாபாரத மும் ராமாயணமும்கூட உருப்பெற்றிருக்கின்றன" என்றேன். நண்பர் பதில் சொல்லவில்லை.

சிலருடைய நாவல்களோ, கதைகளோ திருப்பிச் சொல்லப் படும்போது ஒன்றும் இல்லாமல் வெங்காயம் உரித்த கதையாகப் போய்விடும். ஒரு சில கதைகள் அவசரமாகச் சுருக்கிச் சொல்லப் பட்ட போதும், சரியாக வராத மொழி பெயர்ப்பிலும்கூட அற்புதமாக இருப்பதாகத் தோன்றும். இரண்டாவது ரகமான கதைகளில் ஒரு இலக்கியத் தெம்பு இருப்பதை நாம் காண்கிறோம். இது மாதிரி எப்படிச் சொன்னாலும் இலக்கிய நயமும், விஷய கனமும் காட்டுகிற கதைகள் புதுமைப்பித்தனின் கதை கள் என்று எனக்குத் தோன்றுகிறது. இப்படி உள்ளதனால் தான் செக்காவையும் மோப்பாஸானையும்கூட நம்மால் மட்ட மான மொழி பெயர்ப்பிலும் புரிந்துகொண்டு ரசிக்க முடிகிறது.

இப்பொழுது, இந்த நாட்களில் சில சிறுகதாசிரியர்கள் தங்கள் கதைகள் சில இந்திய மொழிகளில் மட்டுமின்றி, பல ஐரோப்பிய மொழிகளிலும் வந்திருப்பதாகக் கூறிப் பெருமைப்பட்டுக் கொள்கிறார்கள். டாக்டர் பட்டத்தையும்

சேர்த்துக் கையெழுத்துப் போடுகிற மாதிரி சிலர் இப்படித் தங்கள் கதைகள் பல மொழிகளில் வந்திருப்பதாக 'லெட்டர் ஹெட்'டில்கூடக் குறித்துக் கொள்கிறார்கள். வீட்டு முன்வாச லில் பெயர்ப் பலகைகளில்கூடக் குறித்து வைத்திருக்கிறார்களோ என்னவோ! ஆனால், காலத்தால் முதல்வரான, நிஜமாகவே முதல்வரான புதுமைப்பித்தனின் கதைகள் சீராக, இலக்கிய அளவில் பொறுக்கியெடுக்கப்பட்டு, விமர்சன ரீதியில் அவற்றின் தரம் சுட்டிக் காட்டப்பட்டு, பிற அந்நியமொழிகளில் இதுவரை வந்திருப்பதாகத் தெரியவில்லை. சில மொழிகளில் சில கதைகள் மட்டும் வந்திருக்கலாம்; அப்படி வந்திருக்கிற இடங்களில், புதுமைப்பித்தனைப் படிப்பவர்களுக்கு அவருடைய இலக்கிய மேதை தெரியாமல் போயிருக்காது. இன்னும் விமர்சன பூர்வமாக, இலக்கியத்திறனுடன் இதைச் செய்வது தமிழின் பெருமையை உலகுக்கு எடுத்துச் சொல்லுவது போல அமையும் என்றுதான் எனக்குத் தோன்றுகிறது. ஆனால், இந்தக் காரியம் இன்னமும் வள்ளுவர், இளங்கோ, காரைக்கால் அம்மையார், ஆண்டாள், சைவ வைஷ்ணவ பக்திப் பாடலாசிரியர்கள் சிலர், சுப்ரமண்ய பாரதியார் இவர்களுக்குக்கூட விமர்சன அடிப்படையில் இலக்கியபூர்வமாகச் செய்யப்படவில்லை. அந்த வரிசையில் புதுமைப்பித்தன் கதைகளையும் கொண்டு தமிழின் பெருமைகளில் ஒன்றாக உலகுக்கு அறிமுகப்படுத்த வேண்டிய காலம் வரவேண்டும் என்றுதான் எனக்குத் தோன்று கிறது. எப்போது வரும் என்ற கேள்விக்கு இப்ப சத்தியாகப் புதுமைப்பித்தன் வார்த்தைகளிலேயே, 'காலத்தேவன் லோபி யல்ல' என்று பதில் சொல்ல வேண்டியதுதான்.

5

புதுமைப்பித்தனின் சிறுகதைகளில் காணப்படுகிற சிறப்பான இலக்கிய அம்சங்கள் என்னென்ன என்று கேட்டால் எல்லோ ரும் ஒரே மாதிரியான பதிலைச் சொல்லவேண்டுமென்று எதிர்பார்ப்பது தவறு. 'ஹியர் ஈஸ் காட்ஸ் பிளண்டி டு சூஸ் ஃப்ரம்' என்று ஷேக்ஸ்பியர் பற்றியும், ஹோமர் பற்றியும், டாண்டே பற்றியும், டால்ஸ்டாஸ் பற்றியும், மகாபாரதம் பற்றியும் சொல்லுவது போல புதுமைப்பித்தனைப் பற்றியும் சொல்ல முடிகிறது என்பது ஒரு தனிப்பட்ட விசேஷம். புதுமைப்பித்தன் எழுதத் தொடங்குவதற்கு ஒரு மாமாங்கத்திற்கு முன் இறந்துவிட்ட – அவரே போல அல்பாயுசில் இறந்து விட்ட – சுப்ரமண்ய பாரதியாரிலும் 'ஹியர் ஈஸ் காட்ஸ் பிளண்டி' என்று சொல்ல இடம் இருக்கிறது என்று கவனிக் கிறோம். பாரதியாரில் மேலெழுந்தவாரியான சமுதாய அரசியல்

சுதந்திர நிலைகள் தெரிகின்றன என்றால் புதுமைப்பித்தனில் இந்த காட்ஸ் பிளெண்டி சிருஷ்டிகர்த்தாவினால் உருமாற்றி அழகேற்றப்பட்டு ஆழமான தளத்தை மனித மனத்தின் ஆழத்தில் போய்க் கவ்விப் பிடிக்கின்றது என்று சொல்ல வேண்டும். இருவரும் சிருஷ்டிகர்த்தாக்களாக இருந்தது மட்டுமன்றி சக்தி வாய்ந்த பத்திரிகைக்காரர்களாகவும் உருவெடுக்க சமுதாயத்தினால் கட்டாயப்படுத்தப்பட்டிருந்தார்கள் என்பதும் தெரிகிறது.

நல்ல இலக்கிய சிருஷ்டிகர்த்தா என்று சொல்லக்கூடிய அளவில் உலகில் எந்த மொழியில் எழுதியிருந்தாலும் ஒரு சில அடிப்படையான அம்சங்கள் அவர்களிடம் தெளிவாக, ஆணித்தரமான அளவில் காணமுடிகிறது. அந்த மாதிரி அடிப் படையான அம்சம் என்று, 'வாக்கினிலே உண்மையொளி' என்று பாரதியார் தெளிந்து சொன்னதை ஏற்றுக்கொள்ள வேண்டும். அந்த உண்மையொளி புதுமைப்பித்தன் படைப்புக் கள் எல்லாவற்றிலும், முக்யமாக, அவர் சிறுகதைகளிலும், கவிதைகளிலும் வியாபித்து நிற்பது நன்றாகவே தெரிகிறது. வாழ்க்கையில், தினசரி நடைமுறையில், வெற்றி அவ்வளவாகப் பெறாதவர்தான். பொருளாதார ரீதியில் பிற்பட்டவர்தான். ஒரு மேதையின் குழந்தைத்தனத்துடன் பொறுப்பு எதுவும் இல்லாததுபோல நடந்துகொள்ளக்கூடியவர்தான் – பேசக்கூடி யவர்தான். எனினும், சிறுகதை, கவிதை என்று அவர் எழுத முன்வரும்போது அவர் எழுதுகிற ஒவ்வொரு வாக்கியத்திலும் 'உண்மையொளி' என்று வாசிப்பவன் தெரிந்துகொள்ளக்கூடிய அளவில் பிரகாசிப்பதைக் காண்கிறோம். மற்ற எல்லா அம்சங் களையும்விட புதுமைப்பித்தனில், கதைக்குப் பின் கதையில், கவிதைக்குப் பின் கவிதையில் உண்மையொளியைக் காண முடிகிறது. இந்த உண்மையொளி என்று சொல்லக் கூடியது எல்லாச் சிருஷ்டிகர்த்தாக்களுக்கும் பொதுவானதுதான் என்றா லும் புதுமைப்பித்தனில் அவர் முத்திரையுடன் விசேஷமாகச் செயல்படுகிறது என்பதைக் காண்கிறோம்.

கலைக்கெல்லாம் பொதுவாகச் சொல்ல வேண்டிய இரண்டாவது அம்சம் மனத்தில் பொறி தட்டி ஏதோ ஒரு தீபத்தை ஏற்றி வைக்கிற சக்தி, ஒரு அறிவார்த்தமான சிந்தனை இருப்பதும். அது ஏற்றுக்கொள்ளப்பட வேண்டிய விஷயம். இன்றுபோல புதுமைப்பித்தன் காலத்தில் (1930 – 1945 காலக் கட்டத்தில்) சிந்திக்கத் தெரிந்தவர்கள் அவ்வளவாக அருகிவிட வில்லை. தமிழ் நாட்டில் இன்று சிந்தனா சக்தி மிகவும் குறைவான அளவில் இருக்கிறது என்றாலும், சமுதாயம் உருப்பெற சரியானபடி செயல்பட, சிந்தனா சக்தி தேவையாக இருக்கிறது. அன்று இருந்த அளவு இன்று சிந்திக்கிறவர்கள் இல்லை. ஆனால், சிந்திக்க மறுப்பவர்களையும் சிந்திக்க வைக்கிற

காரியத்தை அன்றும் புதுமைப்பித்தன் செய்தார்; இன்றும் புதுமைப்பித்தன் எழுத்துக்கள் செய்கின்றன. ஒரு தனிப்பட்ட மனிதனின், ஒரு இலக்கியக்கர்த்தாவின் சிந்தனை வேகத்தையும், அது செயல்படுவதையும் நாம் புதுமைப்பித்தன் கதைகளில் சுலபமாகவே பார்க்க முடிகிறது. சமுதாயச் சிந்தனை, அரசியல் சிந்தனை, முற்போக்குச் சிந்தனை, சனாதனச் சிந்தனை, விஞ்ஞானச் சிந்தனை, மெய்ஞ்ஞானச் சிந்தனை என்று குறுக்கி, சுருக்கித் தனிப்படுத்தப்பட்ட முறையில் பார்க்க வேண்டிய அவசியம் இல்லாத வகையில், எல்லாமே புதுமைப்பித்தன் படைப்புகளில் காணக் கிடைக்கிறது என்பது அவரைப் படிப் பவர்களுக்கு நிதர்சனமாகத் தெரிகிறது. நீங்கள் பிரித்துத் தரம் கண்டு சொல்லக்கூடிய எல்லாக் கட்சிகளையும் சேர்ந்தவர் அவர். மற்ற நல்ல சிருஷ்டிகர்த்தாக்களைப் போல, பாரதியாரைப் போல, ஒரு கட்சியிலும் புதுமைப்பித்தன் அடங்கிவிடாதவர்.

இன்னொரு விசேஷம். மணிக்கொடி கோஷ்டியினர் என்று சொல்லப்படுகிறவர்கள் அந்தக் காலத்து எழுத்தாளர்கள் சிலரேனும் சிந்தனைச் சுதந்திரத்தைப் பெருமளவிற்குப் படைத் திருந்தார்கள். அதைப்பற்றி அவர்கள் அதிகமாகப் பேச வேண்டிய அவசியம் இருக்கவில்லை. இந்தக் காலத்தில் சுதந்திரம் பற்றிய பேச்சு அதிகமாக இருக்கிறது; சுதந்திரமும் சுதந்திர மாகச் செயல்படுவதில்லை. சிந்தனைச் சுதந்திரத்தைப் பாரதி யாரில் கண்ட அளவுக்கும் அதிகமாகவே புதுமைப்பித்தனில் காண முடிகிறது. புதுமைப்பித்தன் காலத்திய வேறு எந்த இலக்கியாசிரியர்களிடமும் சிந்தனைச் சுதந்திரம் இந்த வகையில் செயல்படவில்லை என்றுதான் சொல்ல வேண்டும்.

சிந்தனைச் சுதந்திரத்தின் காரணமாகப் புதுமைப்பித்தனால் மற்றவர்கள் கையாள முடியாத விஷயங்களைத் தைரியமாகவும் லாகவமாகவும் கையாள முடிந்தது. கந்தசாமிப் பிள்ளையின் முன் தோன்றிய கடவுள் சிவசமயத்தின் பிரதிநிதியாகவே விளங்குகிறார் என்றாலும் புதுமைப்பித்தனே சொல்வதுபோல, கர்ப்பகிரஹத்தில் அடங்கி நிற்க மறுக்கிறார். 'அன்று இர'வில் வருகிற பிட்டுக்கு மண் சுமந்த, வெள்ளத்துக்குக் கரை போடுகிற வனும், பிரம்படி பட்டவனும் சிவசமயத்தின் பிரதிநியாகவே இருந்தாலும் மனிதனாகவும், தெய்வமாகவும், அதற்கப்பாலும் தனித்தன்மை பெற்றுவிடுகிறான். இதே போல பல சிரமசாத்தி யமான காரியங்களைப் புதுமைப்பித்தன் தன் கதைகளில் எளிய முறையில் சாதித்துக்காட்டுகிறார். பரமண்டலத்திலே இருக்கும் பிதாவைச் செயற்கையாக நம்மில் ஒரு சிலர் ஏற்றுக் கொண்டிருப்பது சமீபத்திய சரித்திர விசேஷம். இந்த அறிவு திருநெல்வேலிச் சீமையில் சற்று அதிகம். இருநூறு, முன்னூறு வருஷத்து மரபு என்றுகூடச் சொல்லலாம். கர்த்தரைப் பற்றி

சிருஷ்டிகர்த்தாவாகப் புதுமைப்பித்தனால் சில விஷயங்களைச் சொல்ல முடிகிறது. சிவனாருக்கு அவ்வளவாக அடிமைப் படாதவர் என்றாலும் கிறிஸ்துவ தத்துவ அர்த்தம் புதுமைப் பித்தனில் பரோடி (Parody) ஆகத்தான், கேலி செய்வதற்குரிய பொருளாகத்தான் வருகிறது என்பது கவனிக்க வேண்டிய விஷயம். சமய சம்பந்தமானது இது என்றால் 'சிற்பியின் நரக'த்தில் காவேரிப்பூம்பட்டினத்தின் பகைப்புலத்தை ஒரு 'கம்ப்ளீட் அட்மாஸ்பிய'ரை நாலைந்து வாக்கியங்களில் கொண்டுவந்து விடுகிறார்! அதற்குச் சமதையான ஒரு இடம் தமிழிலக்கியத்தில், சமீபகாலத்தில் வேறு ஒருவர் எழுத்திலும் காணமுடியாது. அதேபோல, சென்னை என்கிற நகரத்தின் சிமெண்ட் நாகரிகம் அத்துடன் மனித மன அவசங்களை 'மகாமசான'த்திலும், 'சுப்பையா பிள்ளையின் காதல்க'ளிலும் கொண்டுவந்து விடு கிறார். சென்னை நகரத்து ஆட்சி இன்னும் பல கதைகளிலும் காணக்கிடைக்கிறது. பார்வை வேண்டுமானால் அடிமட்டத் தில் திருநெல்வேலிப் பார்வை என்று சொல்லலாம்.

இதேபோல, சிந்தனைச் சுதந்திரத்தின் எல்லைகளாக 'எல்லாவற்றையும் அழிக்கிறாயே, உன்னையே அழித்துக் கொள்ள முடியுமா?' என்று சிவனைக் கேட்கிற குழந்தையும், 'என் உயிரைத்தானே கொண்டுபோக முடியும், என் உடலையும் கொண்டு போக முடியுமா?' என்று கேட்கிற கிழவியும், 'வெள்ளைக் களிமண்ணால் ஆன பிள்ளையார் என்றால் வெள்ளைக்காரர்கள் ஆண்ட அந்தக் காலத்தில் மதிப்பு அதிகம்' என்று எண்ணுகிற மனமும், ராமனின் ரெட்டைத்தனமான மதியைக் கண்டு மீண்டும் கல்லான அகலிகையும், பயங்கரக் கனவாக பக்தர்களின் குரலை, கலையைக் காணாத குருடாகக் கண்டாலும் சிலை தெய்வமாவதுதான் சரி என்கிற நினைப்பும், 'அது வேறு உலகமய்யா' என்று அம்மாளுவின் காரியங்கள் பொன்னகரத்தைச் சேர்ந்தவை என்று சொல்வதும் புதுமைப் பித்தனுக்குச் சாத்தியமாகிறது. கருத்துச்செறிந்த விஷயங்கள் என்று ஏதோ சொல்கிறார்களே, அதற்கு ஏதாவது அர்த்தம் உண்டு என்றால் அந்த அர்த்தத்தைப் புதுமைப்பித்தன் கதைகள் ஒவ்வொன்றிலும் காண முடியும்.

சிந்தனைகளைச் சுதந்திரமாகச் சொல்லிவிடுவதுகூடச் சுலபமாக இருக்கலாம். ஆனால், சிந்தனைகளை நேருக்குநேர் பார்த்து, அவற்றை அவற்றின் எல்லைவரை தொடர்ந்து சென்று அவற்றிற்கு உருவம் தருவது என்பது மிகவும் சிரமமான காரியம். அந்தக் காரியத்தைப் புதுமைப்பித்தன் கடைசிவரை தடம் தவறாமல், செய்திருக்கிறார் – 'கயிற்றர'வில், 'சித்தி'யில், 'செல்லம்மா'ளில், 'நினைவுப் பாதை'யில், 'காஞ்சனை'யில் – இன்னும் நீங்களும் நானும் உதாரணமாக எடுத்துச் சொல்லக்

கூடிய பல கதைகளிலும் தீர்க்கமான சிந்தனைகளின் முடிவு களுக்கு அவரால் உருவம் தர முடிந்திருக்கிறது. இந்த முடிவுகள் சில சமயம் சாதாரண நிலையில் முற்போக்காகவும், சில சமயங்களில் பழமைக்கும் புழமையாகவும் உருவெடுப்பது சிலருக்கு எரிச்சலூட்டும்தான். பாரதியாரை ஒரு சிலர் புரட்சிக் காரர் மட்டுமே என்று சொல்லுகிற மாதிரி புதுமைப்பித்தனையும் இது மட்டுமே என்று பட்டம் கட்டி விலாசம் தெரிய, அலமாரி யில் அடைத்து வைத்துவிட முயற்சி செய்து தோற்பவர்களுக்கு இதனால் கோபம் வருவது சகஜமே. ஆனால் இலக்கிய சிருஷ்டி கர்த்தாக்கள் எப்போதுமே ஒரு லேபிளுக்குள் அடங்கிவிட மறுப்பவர்கள். ஒரு கல்லூரி ஆய்வாளரின் சித்தாந்தங்களுக்குள் அடங்கிப்போய்விடுகிறவர்கள் அல்ல. சொல்லச் சொல்ல, மேலும் சொல்லப் பாக்கியிருக்கிறது – மறுத்தும் சொல்லலாம், ஒட்டியும் சொல்லலாம் என்பதுதான் விசேஷம்; அவர் கையாண்ட விஷயங்களைப் பற்றிச் சொல்லக்கூடிய உண்மை.

கலைஞனாக, கருத்துக்கள் சுதந்திரம் என்பதெல்லாம் சரி. இலக்கியாசிரியனாக உருவம் என்பது அவர் கதைகளில் எப்படி அமைந்தது, எப்படிச் செயல்பட்டது என்று விசாரிப் பதும் அவசியமாகிறது. பல சிறப்பான உருவங்களை அவர் தன் கதைகளுக்கு என்று சிருஷ்டித்துக்கொண்டு கையாண்டு பார்த்திருக்கிறார். 'செல்லம்மாள்', 'சித்தி', 'காஞ்சனை', 'சாப விமோசனம்', 'செவ்வாய் தோஷம்', 'கயிற்றரவு', 'வேதாளம் சொன்ன கதை', 'கட்டிலை விட்டிறங்காக் கதை', 'காலனும் கிழவியும்' என்பது போல ஒரு முப்பது சிறுகதைகளுக்கும் அதிகமாகவே சொல்லி, அவற்றில் தவிர்க்க முடியாத உருவமும், கருத்தும் பரிபூரணமாக அமைந்திருப்பதைச் சுட்டிக் காட்ட லாம். அதே அளவுக்கு இல்லாவிட்டாலும், 'பொன்னகரம்', 'துன்பக் கேணி', 'மகாமசானம்', 'மனித இயந்திரம்' போன்ற பல கதைகளில் உருவ விஷய அமைதியை ஓரளவுக்குக் காண முடிகிறது. நூறு கதைகளில் ஒரு அறுபதுக்கும் மேற்பட்டவற் றில் இப்படி உருவ விஷய அமைதி காணக் கிடைப்பது உலக இலக்கியச் சரித்திரத்திலேயே வெகு சிலருடைய எழுத்தில் தான் சாத்தியமாக இருக்கிறது.

தன் கதைகளில் புதுமையும், பித்தமும் இருப்பதாகப் புதுமைப்பித்தனே சொல்கிறார். புதுமை என்கிற அம்சம் தமிழுக்குச் சிறுகதைத்துறை புதிது என்பதுடன், அதன் ஆரம்ப காலத்தில் செயல்பட்டவர் என்பதனால், புதுமைப்பித்தனில் தூக்கி நிற்கிறது. இப்படி, புதுமையை சிருஷ்டி செய்வதில்கூட அவர் வெற்றி பெற்றிருக்கிறார் என்பதைக் காண முடிகிறது. 'பிரம்ம ராக்ஷஸ்' என்கிற புதுமைப்பித்தன் கதையையும், இன்று எழுதுகிற சுஜாதாவுடைய விஞ்ஞானக் கதைகளில்

ஒன்றையும் ஒப்பிட்டுப் பார்த்தால், எது சிறுகதையாக வெற்றி பெற்றிருக்கிறது என்பதுடன் புதுமைப்பித்தன் கதையில் விஞ்ஞான சிந்தனை எப்படி அமைதி பெறுகிறது என்பதையும் காண முடிகிறது. 'ஞானக் குகை' போன்ற மரபு அறிவுக் கதைகளில் இந்த அமைதி கூடுமானதாக இருக்கிறது. 'கபாட புர'த்தில் உடல் இல்லாத தலை பேசுவதையும், பிரேதங்களா லான புணை கடலைப் கடப்பதும், நரபட்சிணிகளான சித்தர்கள் தங்களில் ஒருவனை மரச்சாராகவே பண்ணிக் குடிப்பதையும் எவ்வளவு அனாயாசமாக, யதார்த்தமாகச் சொல்லுகிறார்! நவீனத்தின் பல அம்சங்கள் புதுமைப்பித்தன் கதைகளில் இடம்பெறுகின்றன என்பதில் ஆச்சரியமில்லை. அந்த 1930 – 1945 நவீனத்வம் ஐம்பதாண்டுகளுக்குப் பிறகும் நவீனத்வமாகவே காட்சியளிப்பதுதான் ஒருவிதத்தில் ஆச்சரியம். ஸம்ஸ்கிருதத் தில் 'வக்ரோக்தி' என்று இலக்கியத்துக்கு ஆதாரமாக ஒரு தத்துவத்தை ஒரு சாரார் சொல்லுகிறார்கள். அதன் அம்சங் களாகப் புதுமையையும் பித்தத்தையும் சொல்லலாம். வேறு யாரும் செய்யாத காரியங்களை, சொல்லாத விஷயங்களைச் சொல்பவனையே இலக்கியாசிரியன் என்று சொல்ல முடியும்.

புதுமைப்பித்தன் என்கிற ஒரு முழுமையான ஆளுமை, பர்சனாலிட்டி, அவர் கதைகளைப் படிக்கும்போது நமக்குத் தெரிய வருகிற மாதிரி இருக்கிறது. அவர் வாழ்க்கையில் பட்ட அன்றாட அவஸ்தைகள், அவை சிருஷ்டித்துத் தந்த ஒரு நம்பிக்கை வறட்சி – இந்த நம்பிக்கை வறட்சியைத்தான் அவர் தன் கதைகளில் அடிநாதமாகக் கண்டார் என்றாலும், அதை, அப்படியே, முழு உண்மை என்று நாம் ஏற்றுக்கொள்ள வேண்டிய அவசியம் கிடையாது. 'சில்பியின் நரகம்' தொடங்கி 'சித்தி', 'கயிற்றரவு' வரையில் பல கதைகளில் நம்பிக்கை வறளவில்லை என்பதை நாம் காண முடிகிறது. எல்லாவற் றுக்கும் மேலாக, புதுமைப்பித்தன் என்ற கலைஞனின் உருவர், உயிர் வாழும் மனிதனின் உருவம், நம்பிக்கை தரும் சித்தாந்தங் களுடன் வாழும் மனிதனின் உருவம் என்று நமக்குத் தெரிகிறது. உடைந்து தெறித்துவிட்ட ஒரு நிலைக்கண்ணாடியின் சில்லிலும் கூட உலகம் பூராவுமே பிரதிபலிக்கப்படுவது போல, புதுமைப் பித்தனின் முழு உருவம் அவர் கதைகள் ஒவ்வொன்றிலும் தெரிய வருகிறது. இந்த உருவத்தில் பல விஷயங்கள் ஒன்றுக் கொன்று முரண்பட்டதாக இருந்தாலும் எல்லாமாகச் சேர்ந்து தான் புதுமைப்பித்தன் என்கிற உருவம். பாரதியின் பர்சான லிட்டியைக் குறிப்பிடுவதற்கு வேகம் என்ற ஒரு வார்த்தையைச் சொல்லலாம். அவர் எழுதியது எல்லாவற்றிலும் ஒரு தனியான, அவருக்கேயுரிய ஒரு வேகம் காணப்படுகிறது. அதேபோல, புதுமைப்பித்தனுடைய பர்சனாலிட்டியைக் குறிக்க ஒரு

வார்த்தை வேண்டுமானால் தேடிப் பார்க்கலாம். 'செல்லும் வழி இருட்டு, அடையும் இடம் இருட்டு', என்று அவர் ஒரு கவிதை எழுதியிருக்கிறார். அதிலிருந்து 'இருட்டு' என்கிற வார்த்தையை, புதுமைப்பித்தனுடைய பர்சனாலிட்டியைக் குறிப்பதாக நாம் எடுத்துக்கொள்ளலாம். ஆனால், இந்த இருட்டு வெறும் குருட்டு இருட்டு அல்ல. இந்த இருட்டில் உருவங்கள் பலவும் சிகரங்கள் பலவும் உள்ளத்துக்கு இன்பம் பயக்கும். லேண்ட்ஸ்கேப்ஸ் பலவும் புதுமைப்பித்தனின் வார்த்தைகள் என்கிற விளக்கினால் கருத்துக்கள் என்கிற நிர்மாணத்தினால் தெரிகின்றன. இந்த இருட்டிலும் பாதைகள் இருக்கின்றன. உயிர்த் துடிப்புள்ள மனிதர்கள் வந்து வந்து போகிறார்கள். இருட்டுத்தான். ஆனால், வாழ்வு, வாழ்க்கை இரண்டும் அற்று விடவில்லை. கலை அம்சம் நிறைந்த இருட்டு.

புதுமைப்பித்தனின் கதாபாத்திரங்களும் வெவ்வேறு வகை யானவை. நகரவாசிகள், கிராமவாசிகள், திருநெல்வேலிச் சீமையை விட்டுவிட்டு வெகுகாலம் முந்தியே கிளம்பிச் சென்னைக்கு அடிமைப்பட மறுப்பவர்கள் என்று பலரையும் காணலாம். புதுமைப்பித்தனின் கதைகளில் ஆண்கள் உருவான அளவுக்குப் பெண்கள் உருவாகவில்லை. பெண்கள் வருகிற போது அனேகமாக ஆண்களின் மனங்கள் மூலம்தான் வருகிறார்கள். ஆண்கள், பெண்கள், மூட்டைப்பூச்சி, முயல் உருவான அளவுக்கும் அதிகமாக ஒரு இலக்கிய முழுமையுட னும் அமைதியுடனும் தன் குழந்தைகளை உருவாக்கியிருக்கிறார் புதுமைப்பித்தன். புதுமைப்பித்தனின் குழந்தைகள் அவர் இருட்டு உலகத்தில் 'பளிச்'சென்று தெரிகிற உருவங்கள். இப்படிப்பட்ட குழந்தைகளுக்கு உயிர் தரக்கூடிய கதாசிரியரை நம்பிக்கை வறட்சி மட்டும் கொண்டவர் என்று எப்படிச் சொல்லுவது? மாறாக, உலகத்தின் எதிர் காலத்தில் மிகமிக நம்பிக்கைக் கொண்டவர் புதுமைப்பித்தன் என்று சொல்லவேண்டும். இன்று, நல்லெண்ணமும், நல்லெண்ணெயும்கூடக் கலப்படம் செய்யப்படுகின்றன என்றாலும் எதிலும் கலப்படமில்லாத காலம் ஒன்று வரும் என்கிற நம்பிக்கை அவர் எழுத்திலே இருப்பதைக் காண முடிகிறது. இன்று இலக்கிய அறிவைப் பாரிச வாயுவும் பக்கவாதமும் பற்றிக்கொண்டிருந்தாலும் எதிர்காலத்தில் அவை நீங்கிவிடக்கூடும் என்கிற நம்பிக்கையும் அவர் எழுத்திலே தொனிப்பதை நாம் காணலாம்.

6

புதுமைப்பித்தன் வகுத்துத் தந்த பாதையில் தமிழ்ச் சிறுகதை வெகுதூரம் அவருக்குப்பின் இந்த நாற்பது ஆண்டுகளில்

                                                              க.நா. சுப்ரமண்யம்

வளம்பெற்று நடைபெற்று வந்திருக்கிறது என்றுதான் சொல்ல வேண்டும். ஓரளவில் அந்த வளத்தைச் சாத்தியமாக்கியவர் என்பதற்காகவேனும் புதுமைப்பித்தனுக்கு நாம் நன்றி செலுத்தக் கடமைப்பட்டவர்கள். புதுமைப்பித்தனை சிரத்தையாகப் படித்து அவர் கற்ற, செய்துகாட்டிய உண்மை ஒளி, சிந்தனை வேகம், சிந்தனைச் சுதந்திரம், கருத்து விஸ்தீரணம், உருவ அமைதி இவற்றைப் படித்து பிரக்ஞையில் போட்டுக்கொள்ளுவது இன்று எழுதுகிறவர்களுக்கும், இனிவரப்போகிற எழுத்தாளர் களுக்கும் உபயோகமாக இருக்கும்.

அதேபோல அவர் காலத்தில் அவர் முன்னணியில் நின்றார் என்பதற்காக அவரை மட்டும் படித்துவிட்டால் போதுமானது என்று நினைப்பதும் தவறு. அவரே குறிப்பிட்டுக் காட்டிய அவர் காலத்திய, அவருக்கு முந்திய காலத்திய சிறுகதாசிரியர்களையும் தேடிப் பிடித்துப் படித்துப் பார்த்துக் கொள்ளுவது மிகவும் உபயோகமான விஷயமாக இருக்கும். வ.வே.சு. அய்யர், அ.மாதவையா, ராமா நுஜலு நாயுடு போன்ற வர்கள் அவருக்கு முன் வந்தவர்கள். சமகாலத்தவர் என்று மௌனி, கு.ப. ராஜகோபாலன், ந.பிச்சமூர்த்தி, த.நா. குமாரசாமி, பி.எஸ். ராமையா, கி.ரா. முதலியவர்களையும் தேடிப்பிடிக்க வேண்டிய அவசியம் உண்டு. இலக்கியத்தில் மரபு என்பது ஒரு முக்கியமான சரடு. அதைப் புரிந்துகொள்ளவும் அந்த மரபுச் சரட்டில் புதுமைப்பித்தனின் இடத்தை நிர்ணயித்துக் கொள்ளவும் அவர் சொல்லுகிற பல கதாசிரியர்களையும் படித்துக்கொள்ள வேண்டியது அவசியம் என்றுதான் எனக்குத் தோன்றுகிறது.

புதுமைப்பித்தனின் சிறுகதைகள் எல்லாவற்றையும் ஒரே நூலாக வெளியிடுகிற ஐந்திணைப் பதிப்பகத்தார் சமீபகாலத்திய தமிழ்ச் சிறுகதை மரபை ஸ்தாபிக்க மிகவும் பெரிய அளவில் உதவுகிறார்கள் என்றே எனக்குத் தோன்றுகிறது. அதேபோல, பல சிறுகதாசிரியர்களின் முழுப்படைப்புகளும் வெளிவர வேண்டிய அவசியம் இருக்கிறது. யாராவது பொறுப்பு எடுத்துக் கொண்டு செய்ய வேண்டும். இலக்கியத்தில் எதுபற்றியும் அவசரப்பட வேண்டிய அவசியமில்லை. ஆனால் சில விஷயங் கள் அதனதன் காலத்தில் நடைபெற வேண்டிய அவசியம் மட்டும் உண்டு.

சென்னை
1 - 6 - 87

[ஐந்திணைப் பதிப்பக வெளியீடாக 1987இல் வெளிவந்த 'புதுமைப்பித்தன் படைப்புகள் – 1 (சிறுகதைகள்)' நூலுக்கு எழுதிய முன்னுரை.]

தமிழ்நாட்டுச் சிறுகதைகள் - 10

அழகு

முதலிய கதைகள்

சு. நா. சுப்ரமண்யம், பி. ஏ.

அல்லயன்ஸ் கம்பெனி

மயிலாப்பூர் :: சென்னை.

உரிமை }
பதிவு }   1944   { சாதாரணமாக ரூ. 2/-
    { கல்கோ ,,   2/8